അമർഷത്തിന്റെ കവിതകൾ

അടിയന്തരാവസ്ഥയിലെ പോരാട്ടത്തിന്റെ കവിതകൾ

amarshathinte kavithakal
adiyantharavasthayile porattathinte kavithakal
poem

•

first edition
june 1977

•

second edition
august 2015

•

publishers
chintha publishers, thiruvananthapuram

•

typesetting
dbh overbridge, TVPM

•

cover
sudheer py

•

price
rupees sixty only

Printed at Repro India Ltd, Mumbai.

വിതരണം

ദേശാഭിമാനി ബുക്ക് ഹൗസ്
H O തിരുവനന്തപുരം-695 035
phone: 0471-2303026, 6063026
www.chinthapublishers.com
chinthapublishers@gmail.com

ബ്രാഞ്ചുകൾ

ഹെഡ്ഡാഫീസ് ബ്രാഞ്ച് കുന്നുകുഴി • സ്റ്റാച്ച്യു തിരുവനന്തപുരം • കെ എസ് ആർ ടി സി ബസ് സ്റ്റേഷൻ ആലപ്പുഴ • കെ എസ് ആർ ടി സി ബസ് സ്റ്റേഷൻ എറണാകുളം • ചിറ്റൂർ റോഡ് എറണാകുളം • മച്ചിങ്ങൽ ലെയ്ൻ തൃശൂർ • ഐ ജി റോഡ് കോഴിക്കോട് • മാവൂർ റോഡ് കോഴിക്കോട് • എൻ ജി ഒ യൂണിയൻ ബിൽഡിങ് കണ്ണൂർ • സെൻട്രൽ ബസ് ടെർമിനൽ കോംപ്ലക്സ് താവക്കര കണ്ണൂർ

CR - 1445 / 3714

അമർഷത്തിന്റെ കവിതകൾ

അടിയന്തരാവസ്ഥയിലെ
പോരാട്ടത്തിന്റെ കവിതകൾ

ചിന്ത പബ്ലിഷേഴ്സ്
തിരുവനന്തപുരം-695 035
വില: ₹ 60

വൈലോപ്പിള്ളി

അയ്യപ്പപ്പണിക്കർ

വിഷ്ണുനാരായണൻ നമ്പൂതിരി

സച്ചിദാനന്ദൻ

ഏഴാച്ചേരി രാമചന്ദ്രൻ

കടമ്മനിട്ട രാമകൃഷ്ണൻ

പുനലൂർ ബാലൻ

എം കൃഷ്ണൻകുട്ടി

സി പി അബൂബക്കർ

മുല്ലനേഴി

ഹിരണ്യൻ

കുഞ്ഞപ്പ പട്ടാനൂർ

പി നാരായണക്കുറുപ്പ്

പഴവിള രമേശൻ

ഉള്ളടക്കം

പ്രസാധകക്കുറിപ്പ്

അടിയന്തരാവസ്ഥയെപ്പറ്റിയുള്ള ഓർമ്മകളും ഉൽക്കണ്ഠകളും ഇന്ത്യക്കാരെ എക്കാലത്തും അലട്ടിക്കൊണ്ടിരിക്കും. എല്ലാ ജനാധിപത്യ അവകാശങ്ങളും നിഷേധിക്കപ്പെട്ട ഒരു കാലമായിരുന്നു അത്. നിയമവാഴ്ച മരവിപ്പിക്കപ്പെട്ടു. പത്രങ്ങളുടെ വായ് മൂടിക്കെട്ടി. ആവിഷ്കാര സ്വാതന്ത്ര്യം നിഷേധിച്ചു. നാവടക്കി പണിയെടുക്കാൻ തൊഴിലാളികളോട് ഭരണാധികാരികൾ ആഹ്വാനം ചെയ്തു. പ്രതിഷേധങ്ങളെ ഭരണകൂടത്തിന്റെ ഇരുമ്പുദണ്ഡുപയോഗിച്ച് അടിച്ചമർത്തി. തടവറകളിൽ ജനാധിപത്യം മരണം കാത്തു കിടന്നു.

ഇന്ത്യയെ ആകമാനം അടിച്ചമർത്തിയ ആ പത്തൊമ്പത് മാസക്കാലം ഇന്ത്യയിലെ ധൈഷണികതയും സർഗ്ഗാത്മകതയും അടങ്ങിയിരിക്കുകയായിരുന്നില്ല. അക്കാലത്ത് രചിക്കപ്പെട്ട ഏതാനും കവിതകൾ സമാഹരിച്ച് 1977 ജൂൺ മാസത്തിൽ ചിന്ത പുറത്തിറക്കിയ *അമർഷത്തിന്റെ കവിതകൾ* അടിയന്തരാവസ്ഥയുടെ ഈ നാല്പതാം വർഷത്തിൽ ഞങ്ങൾ പുനഃപ്രസിദ്ധീകരിക്കുന്നു. നാല്പതുവർഷങ്ങൾക്ക് മുമ്പത്തെ ആ കാലഘട്ടം പുനർജ്ജനിക്കാൻ സാഹചര്യമൊരുങ്ങുമ്പോൾ ഒരു മുന്നറിയിപ്പെന്ന രീതിയിൽ ഞങ്ങളീ പുസ്തകം വായനക്കാർക്കുമുമ്പിൽ സമർപ്പിക്കുന്നു.

ചിന്ത പബ്ലിഷേഴ്സ്

ഒന്നാം പതിപ്പിനുള്ള അവതാരിക

പി ഗോവിന്ദപ്പിള്ള

ഇവിടെ അവതരിപ്പിക്കുന്ന *അമർഷത്തിന്റെ കവിതകൾ* ഒരു സാധാരണ കവിതാ സമാഹാരമല്ല. രാഷ്ട്രവും സ്വാതന്ത്ര്യവും മനുഷ്യത്വം തന്നെയും വിപദ്ഗർത്തത്തിലേക്ക് വീണുപോയ ഒരസാധാരണ കാലത്തിന്റെ കവിതകളാണിവ. കണ്ടവനെ പിടിക്കുകയും മിണ്ടിയവനെ തളയ്ക്കുകയും ചെയ്തുവന്ന വിപൽക്കാലം. അടിയന്തരാവസ്ഥയെന്ന് ഓമനപ്പേരിട്ട് ഒരുകൂട്ടം ദുരധികാരപ്രമത്തർ താലോലിച്ച കാളരാത്രി. വാർത്താവിതരണ വകുപ്പുമന്ത്രി ലാൽകൃഷ്ണ അദ്വാനിയുടെ ഭാഷയിൽ നടുവളയ്ക്കാൻ മാത്രം സ്വേച്ഛാധിപതികൾ ആവശ്യപ്പെട്ടപ്പോൾ ദണ്ഡനമസ്കാരം കൂടിച്ചെയ്ത് തിരുമുമ്പിൽ സേവിച്ച വൈതാളിക സാഹിത്യകാരന്മാരുടെ കൊയ്ത്തുകാലം. എന്നാൽ കല്ലേപ്പിളർക്കുന്ന കല്പനകളെ പുച്ഛിച്ചുതള്ളി, കൈയുംമെയ്യും മറന്ന് നഷ്ടപ്പെട്ട സ്വാതന്ത്ര്യം വീണ്ടെടുക്കാൻ കുതിച്ചുചാടിയ വീരാത്മാക്കൾ എഴുത്തുകാരുടെ ഇടയിലും ഉണ്ടായിരുന്നു. അവരിൽ ചിലരുടെ ധീരസ്വരമാണ് ഇവിടെ സമാഹരിച്ചിരിക്കുന്നത്.

പരിഹാസം, വ്യംഗ്യം, അന്യാപദേശം, തുറന്നടിച്ച സമരാഹ്വാനം മുതലായ വിവിധശൈലികൾ ഇതിലെ എഴുത്തുകാർ അവലംബിച്ചിരിക്കുന്നു. എന്നാൽ എല്ലാ പുഴകളും ആത്യന്തികമായി കടലിലേക്ക് ഒഴുകുമ്പോലെ ഈ കവിതാസരണികളെല്ലാം ഒരേ ലക്ഷ്യത്തിലേക്കുതന്നെ പ്രവഹിക്കുന്നു. പിടിച്ചുപറിക്കപ്പെട്ട മാനവസ്വാതന്ത്ര്യം വീണ്ടെടുക്കുക, മാനവമഹത്ത്വം പുനഃസ്ഥാപിക്കുക. എം ഗോവിന്ദന്റെ ഭാഷയിൽ,

"എഴുത്തോ നിന്റെ കഴുത്തോ
ഏറെക്കൂറേതിനോട്?"

എന്ന് ചോദിച്ച് ഇരുട്ടിന്റെ ശക്തികൾ നേരിട്ടപ്പോൾ എഴുത്തിനോടുതന്നെ

കൂറു പ്രഖ്യാപിച്ച വീരാത്മാക്കളാണ് ഈ കവികൾ. ഇതത്ര എളുപ്പം ചെയ്യാവുന്ന കാര്യമല്ല. ആദർശശാലികളെന്നഭിമാനിച്ചിരുന്ന പലരുടെയും പൊയ്മുഖങ്ങൾ വലിച്ചുകീറപ്പെട്ട കാലമാണത്. പത്തൊമ്പതാം നൂറ്റാണ്ടിലെ പേരുകേട്ട അമേരിക്കൻ സ്വാതന്ത്ര്യ ഗായകൻ ജെയിംസ് റസൽ ലോവൽ എഴുതുകയുണ്ടായി:

Once to everyman and nation
comes the moment to decide,
In strife of truth and falsehood,
for good or evil side..
then it is the brave man chooses
while the coward stands aside!

ലോവൽ പറഞ്ഞ നിർണ്ണായക മുഹൂർത്തം നമ്മുടെ സ്വാതന്ത്ര്യസമരകാലത്ത് സമാഗതമായി. ധീരാത്മാക്കളായ നിരവധി ഭാരതീയർ അന്ന് അടിമത്തത്തിനെതിരെ സ്വാതന്ത്ര്യത്തിനെ വരിച്ചു, തിന്മക്കെതിരെ നന്മയേയും. ഭൗതിക ജീവിതത്തിലെ പലതും അവർക്ക് നഷ്ടപ്പെട്ടു. എന്നാൽ മനസ്സാക്ഷിയും സ്വാതന്ത്ര്യവും അവർക്ക് ശേഷിച്ചുകിട്ടി. മഹാകവി രവീന്ദ്രനാഥ ടാഗോർ, സുബ്രഹ്മണ്യഭാരതി, യശ്പാൽ, ഖാസി നസ്രുൽ ഇസ്ലാം, ബൽരാജ് സാഹ്നി.... ഇങ്ങനെ എത്രയോ പേർ! അത്രതന്നെ നീണ്ടതല്ലെങ്കിലും ചില കാര്യങ്ങളോർത്താൽ കൂടുതൽ നിഷ്ഠുരമായ ഒരു നിർണ്ണായക മുഹൂർത്തം വീണ്ടും പിറന്നു—1975 ജൂൺ 25 അർദ്ധരാത്രിക്കുശേഷം പിറന്ന ദുർമുഹൂർത്തം. വീണ്ടും നന്മയുടെയോ തിന്മയുടെയോ ഏത് ഭാഗത്താണ് ചേരേണ്ടത് എന്ന് മറ്റുള്ളവരെപ്പോലെ സാഹിത്യ സാംസ്കാരിക നായകന്മാരും തീരുമാനമെടുക്കേണ്ട നിർണ്ണായക മുഹൂർത്തം! പതിവുപോലെ ഭീരുക്കളും കുലംകുത്തികളും ഉദരംഭരികളും അറച്ചുമാറി. ഈ പുണ്യഭൂമിയുടെ സ്വാതന്ത്ര്യത്തിന് നേരെ കഠാരി ഉയർത്തിയ കാപാലികർക്ക് അവർ പുഷ്പവൃഷ്ടി നടത്തി. എഴുത്തിനേക്കാൾ കഴുത്തിനോടു കൂറുള്ള കുഹകവൃത്തികൾ തങ്ങളുടെ എഴുത്തെല്ലാം ഇരുട്ടിന്റെ ശക്തികൾക്കുള്ള കീർത്തനാലാപമായി മാറ്റി.

എന്നാൽ ഗാന്ധിയുടെയും ഭഗത്സിങ്ങിന്റെയും കയ്യൂരിന്റെയും തെലങ്കാനയുടെയും നാട് അറച്ചുനിന്നില്ല. പതിനായിരങ്ങൾ രണ്ടാം സ്വാതന്ത്ര്യ സമരത്തിലേക്ക് കുതിച്ചുചാടി, മുൻപിൻ നോക്കാതെ, ലാഭനഷ്ടങ്ങൾ പരിഗണിക്കാതെ. ഒന്നരലക്ഷത്തിലധികം പേർ തടവറകളിലും, കോൺസൻട്രേഷൻ ക്യാമ്പുകളിലും തള്ളപ്പെട്ടു. തടവറകളിൽ നിരായുധരായ സ്വാതന്ത്ര്യ പ്രേമികളെ നരാധമന്മാർ ക്രൂരമായി ഭേദ്യം ചെയ്തു. കുറെയൊക്കെ കൊന്നൊടുക്കി. കന്യകമാർ ബലാൽക്കാരത്തിനു വിധേയരായി. മാതൃത്വം അപമാനിക്കപ്പെട്ടു. പിണറായി വിജയ

നെയും പി കെ ശങ്കരൻകുട്ടിയെയും ലോറൻസ് ഫെർണാണ്ടസിനെയും പോലെയുള്ള നിരവധിപേർ ഇരുമ്പഴിക്കുപിന്നിൽ നീചമായി ഭേദ്യം ചെയ്യപ്പെട്ടു. ഈച്ചരവാരിയരുടെ മകൻ രാജൻ, പുരുഷോത്തമൻ പിള്ളയുടെ മകൻ വിജയൻ, സംസ്കാര സമ്പന്നയായ കലാകാരി സ്നേഹലതാ റെഡ്ഡി, മദിരാശിയിലെ മുൻമേയർ ചിട്ടിബാബു എന്നിങ്ങനെ ഡസൻ ഡസൻ കണക്കിനാളുകൾ ആരോരുമറിയാതെ ആ നീണ്ട കാളരാത്രിയിൽ ചിത്രവധം ചെയ്യപ്പെട്ടു. സഖാവ് അബ്ദുള്ളയെപ്പോലുള്ള എത്രയോ തൊഴിലാളി പ്രവർത്തകർ സ്വന്തക്കാരുടെ കൈകൊണ്ട് ഒരിറക്കുവെള്ളം പോലും കുടിക്കാൻ കഴിയാതെ ഈ കാപാലികരുടെ ഇരുട്ടറകളിൽ അന്ത്യശ്വാസം വലിച്ചു. ജയപ്രകാശ് നാരായണനെപ്പോലുള്ള വയോവൃദ്ധന്മാരെപ്പോലും അവരൊഴിവാക്കിയില്ല.

ഇതേപ്പറ്റി പരാതി പറഞ്ഞപ്പോൾ മഹാരാഷ്ട്ര കോൺഗ്രസ് മുഖ്യമന്ത്രിയായിരുന്ന എസ് ബി ചവാൻ, ഇവരെയൊക്കെ വെടിവച്ച് കൊല്ലാത്തതിന് തങ്ങളോട് നന്ദി പ്രകാശിപ്പിക്കണമെന്നാവശ്യപ്പെട്ടു!

പുറത്തെ സ്ഥിതിയോ? പ്രതിപക്ഷ നേതാവായിരുന്ന എ കെ ഗോപാലൻ പാർലമെന്റിനകത്ത് ചെയ്ത പ്രസംഗം അച്ചടിച്ചതും അച്ചടിച്ച പ്രസ്സും അവർ കണ്ടുകെട്ടി. പ്രസ്സുടമസ്ഥനെ തടവിലാക്കി. ടാഗോറിന്റെ കവിതകളും നെഹ്റുവിന്റെ മകൾക്കുള്ള കത്തുകളും ഗാന്ധിയുടെ *സത്യാന്വേഷണ പരീക്ഷ*യുംവരെ നിരോധിക്കപ്പെട്ടു. ഭാരതീയ പുണ്യപുരാണ കഥകൾപോലും പ്രസിദ്ധീകരിച്ചുകൂടെന്ന് *ദേശാഭിമാനി*ക്ക് വിലക്കുനല്കി. ഇതിന്റെയെല്ലാം മറവിൽ അധികാരത്തിന്റെ അത്യുന്നത ശൃംഗങ്ങളിൽ കുടിപാർത്തിരുന്ന സ്വാർത്ഥമതികൾ കുമിച്ചുകൂട്ടിയ കള്ളപ്പണവും കള്ള സ്വത്തും ഇന്നങ്ങാടിപ്പാട്ടാണ്.

ജനങ്ങൾ ചെറുത്തുനിന്നു. ആസേതുഹിമാചലം കലാപത്തിന്റെ കൊടിയുയർത്തി. നൂറുകണക്കിന് വെടിവയ്പ്പുകൾ രാജ്യത്തിന്റെ നാനാഭാഗത്തും പ്രകമ്പനംകൊണ്ടു. മുസഫർപുർ പള്ളികളും തുർക്കുമാൻ കവാടങ്ങളും കൂട്ടക്കുരുതിക്ക് സാക്ഷ്യംവഹിച്ചു. പച്ചമനുഷ്യരെ നിറതോക്കൊഴിച്ചും ബുൾഡോസർ കൊണ്ടു ഞെരിച്ചും കശാപ്പുചെയ്തു. ഇന്നിവയെയെല്ലാം വിമർശിക്കുന്നവരുണ്ടാകാം. എന്നാൽ ലോവൽ ചൂണ്ടിക്കാട്ടിയ ആ നിർണ്ണായക മുഹൂർത്തത്തിൽ മനുഷ്യത്വത്തിനെതിരെ കിരാതവാഴ്ചക്ക് കൊടിപിടിച്ച 'പുണ്യവാളന്മാർ' കേരളത്തിൽ കുറവല്ല. ഒരു കാലത്ത് സ്വാതന്ത്ര്യത്തെപ്പറ്റി പാടിയ അവരിൽ പലരെയും ഇന്ന് ഓർക്കുകയാണ്. ഒരു സ്വാതന്ത്ര്യപ്രേമി ഇങ്ങനെ പാടി:

> എങ്ങുമനുഷ്യന് ചങ്ങല കൈകളി-
> ലങ്ങെൻ കയ്യുകൾ നൊന്തീടുകയാ-
> ണെങ്ങോമർദ്ദന, മവിടെ പ്രഹരം
> വീഴുവതെന്റെ പുറത്താകുന്നു.

ഈ കവി മലയാളിയാണെന്നതിൽ നാം അഭിമാനം കൊണ്ടിരുന്നു. എന്നാൽ വേദനാനിർഭരമായ ആ കാളരാത്രിയിൽ ഇദ്ദേഹം 'അടിയന്ത രാവസ്ഥയുടെ 'മഴക്കാറ് പെയ്യാൻ' വേഴാമ്പലിനെപ്പോലെ മാനംനോക്കി കവിതയെഴുതി കേരളത്തെ ഞെട്ടിച്ചുകളഞ്ഞു. മാത്രവുമല്ല, ഹിറ്റ്ലറുടെ നാസി kultur-kamf (സംസ്കാരസമരം)നെ അനുസ്മരിപ്പിക്കുന്ന സഞ്ജയ-ശുക്ല സാംസ്കാരിക മുന്നണിയുടെ കേരള ശാഖ സംഘടി പ്പിക്കാനും കാപാലിക സാഹിത്യത്തിന് ആളെക്കൂട്ടാനും നടന്നൂപോൽ! പൊതുതിരഞ്ഞെടുപ്പിന് രണ്ടോമൂന്നോ ദിവസം ബാക്കിയുള്ളപ്പോൾ കേര ളത്തിലെ ഏറ്റവും വലിയ ജനകീയ സാംസ്കാരിക സംഘടനയായ ഗ്രന്ഥ ശാലാ സംഘത്തെ ഒരു ഓർഡിനൻസ് മുഖാന്തിരം കൂപ്പ് നടത്തി, തിര ഞ്ഞെടുത്തവരെ പിരിച്ചുവിട്ട് അടിയന്തരക്കാർ പിടിച്ചെടുത്തപ്പോൾ ആ കുത്സിതവൃത്തിയിൽ പങ്കുചേരാൻ ചില സംസ്കാരക്കച്ചവടക്കാർ തയ്യാ റായി. kultur-kamf ന്റെ നിഴലുകൾ!

> "ജന്മസിദ്ധമാം പദം പുണ്യലബ്ധ മെന്നോർത്തു
> വന്മദം ഭാവിക്കുന്ന" "ഉന്നത നക്ഷത്രങ്ങളെ"

വെല്ലുവിളിച്ച് 'ധീരതേജസ്സായ നാളെ' യുടെ ആഗമനം പ്രവചിച്ച കവിയും നമുക്കുണ്ട്. എന്നാൽ രാജ്യഭരണാവകാശവും ജന്മസിദ്ധമാ ണെന്ന് സ്ഥാപിച്ചെടുക്കാൻ ഒരമ്മയും മകനുംകൂടി ഈ പുണ്യഭൂമിയെ മുഴുവൻ ഇരുളിലും ചോരയിലും ആഴ്ത്തിയപ്പോൾ ഈ കവി ആ നല്ല നാളെ ഒരിക്കലും പിറക്കുകയില്ലെന്ന് മനസ്സിൽ കണ്ടിരിക്കാം. നിർഭാഗ്യ വതിയായ ഒരു ഫ്ളോറിയുടെ ശവശരീരത്തിൽ അന്ത്യമാല്യം ചാർത്തി അതിന്റെ പ്രതിഫലമായി വോട്ടുകൂടാതെ ജനപ്രതിനിധി സഭാംഗത്വം നേടിയെടുത്ത് ജന്മസാഫല്യമടഞ്ഞ ആ മാന്യൻ കഴിഞ്ഞ രണ്ടുവർഷ ക്കാലത്ത് ആസേതുഹിമാചലം ചിതറിത്തെറിച്ച മനുഷ്യശരീരങ്ങളുടെ നേരെ കണ്ണടച്ചു. തടവറയിലെ അമർത്തപ്പെട്ട മരണരോദനങ്ങൾ കേട്ടി ല്ലെന്ന് നടിച്ചു. അവസാനം അടിയന്തരാവസ്ഥ അറബിക്കടലിൽ ആഴ്ന്നു തുടങ്ങിയിട്ടും അതൊന്നു പിൻവലിക്കണമെന്ന അപേക്ഷയിൽ ഒപ്പുവ യ്ക്കാൻ വിസമ്മതിച്ചു. 'മഴക്കാറു പെയ്യാൻ' കാത്തിരുന്ന വേഴാമ്പൽ അങ്ങനെ രാഷ്ട്രീയത്തിലൊന്നും എടുത്തുചാടരുതെന്ന് ഉപദേശിച്ചുപോ ലും! ഒരു പേരുകേട്ട ഭക്തകവി ഗുരുവായൂരപ്പന്റെ സ്ഥാനത്ത് നമ്പർ 1 സഫ്ദർ ജംഗിലെ ഭദ്രകാളിയെ പ്രതിഷ്ഠിച്ച് കാവ്യപൂജ നടത്തിയതും കേരളം കണ്ടു. ഇരുപത് തിരിക്ക് പുറമേ അഞ്ച് തിരിയിട്ട കട്ടിവി ളക്കുംകൂടി കൊളുത്തി തമ്പുരാട്ടിക്കും കൊച്ചുതമ്പുരാനും അകമ്പടി സേവിച്ച 'വീരശൂര' കവികളും നമുക്കുണ്ടായി. സോദ്ദേശ്യ സാഹിത്യ മെന്ന് പറഞ്ഞാൽ കലിയിളകുന്ന ചില മതിമാന്മാർ ചെറുകിട സമ്പാദ്യ പദ്ധതിക്ക് പൂമാല ചാർത്തി കാവ്യാഭിഷേകം ചെയ്ത് ദക്ഷിണവാങ്ങി പ്പോയ കാഴ്ചയും നാം കണ്ടു.

ഇവിടെമെല്ലാം വിട്ട് ഏഴാംകടലും താണ്ടി സോവിയറ്റ് യൂണിയനിലെ പാസ്റ്റർനാക്കിന്റെ സ്വാതന്ത്ര്യത്തിനായി പടയെടുപ്പ് നടത്തി യജമാന പൂജ ചെയ്ത അക്കാദമി അദ്ധ്യക്ഷന്മാരും നമുക്കുണ്ട്. ഒടുവിൽ ക്രംലിനിൽ നിന്നുതന്നെ പട്ടും വളയും വാങ്ങി ഞെളിഞ്ഞു നടക്കാനും ഈ വിദ്വാന് ഉളുപ്പുണ്ടായില്ല. കമ്യൂണിസത്തിൽ വ്യക്തിസ്വാതന്ത്ര്യവും ഭിന്നാഭിപ്രായ പ്രകടന സൗകര്യവും ഇല്ലെന്ന് കണ്ട് മുതലാളിത്തത്തിന്റെ വൈതാളികനായി മാറിയ ഈ 'ഉദരനിമിത്തം ബഹുകൃത വേഷക്കാരൻ' അടിയന്തരാവസ്ഥ അവസാനിച്ചിട്ടും അതേച്ചൊല്ലി അയവിറക്കുന്ന കാഴ്ച കേരളത്തിന്റെ മുഖത്ത് പുഞ്ചിരി പരത്തുന്നു.

ഇവരെപ്പറ്റിയൊക്കെ എന്താണ് പറയുക? വിപ്ലവപക്ഷത്തുനിന്നും രാജകീയ പക്ഷത്തിലേക്ക് കാലുമാറിയ വില്യം വേർഡ്സ്വർത്തിനെക്കുറിച്ച് റോബർട്ട് ബ്രൗണിങ് ധർമ്മരോഷത്തോടെ എഴുതിയ വരികളാണ് ഉദ്ബുദ്ധ കേരളം നല്കുന്ന മറുപടി:

Just for a handful of silver he left us,
Just for a riband to stick in his coat-
Found the one gift of which fortune bereft us,
Lost all the others she lets us devote...
We that had loved him so, followed him,
honoured him,
Lived in his mild and magnificent eye
Learned his great language, caught his clear accents
Made him our pattern to live and to die!
Shakespeare was of us, Milton was for us
Burns, Shelly were with us-they watch
from their graves!
He alone breaks from the van and the freemen,
He alone sinks to the rear and the slaves!

ഞാനുപയോഗിക്കുന്ന പദങ്ങൾ പരുക്കനാണെന്ന് എനിക്കറിയാം. ഇവിടെ വരച്ചുകാട്ടുന്ന വൈതാളിക കാവ്യമേളയുടെ ചിത്രത്തിൽ കറുപ്പല്പം കൂടി എന്നാരെങ്കിലും പരാതിപ്പെട്ടേക്കാം. പക്ഷേ, സത്യം പലപ്പോഴും പരുക്കനാണ്. നീതി അസഹിഷ്ണുവും. സ്വാതന്ത്ര്യം വിട്ടുവീഴ്ചയില്ലാത്തതും. മറക്കാനും പൊറുക്കാനും നമുക്കാവില്ല, ആ കാളരാത്രിയിലെ കിരാതവൃത്തികൾ. ആ കാളരാത്രി തല്ക്കാലം അവസാനിച്ചു, പക്ഷേ, രാത്രിഞ്ചരന്മാർ വിഹാരം നിർത്തിയിട്ടില്ല. അവിടെയും ഇവിടെയും അവർ പതിയിരിക്കുന്നു, തക്കംപാർത്ത് നമ്മുടെ മേൽ ചാടിവീഴാൻ. തടവറകളെല്ലാം തുറന്നിട്ടില്ല. അവയിലെ നിഗൂഢരഹസ്യങ്ങളെ

ല്ലാം പുറത്തായിട്ടില്ല. അവിടെവെച്ച് അപഹരിക്കപ്പെട്ട പിഞ്ചുജീവിതങ്ങളുടെ അച്ഛനമ്മമാർ കണ്ണീർ വാർത്ത് കഴിഞ്ഞിട്ടില്ല. മോചനമിനിയും പൂർത്തിയാകണം. വീണ്ടും കാളരാത്രി നമ്മെ ഇരുളിലടയ്ക്കുകില്ല എന്നതിന് എന്താണുറപ്പ്? നിതാന്ത ജാഗ്രത, അദമ്യമായ സ്വാതന്ത്ര്യവാഞ്ഛ, അടിമത്തത്തോടും ബന്ധപ്പെട്ട സകല ഭൗതിക മാനസിക അവസ്ഥകളോടും ഉള്ള ഒടുങ്ങാത്ത പക—അവ മാത്രമാണ് സ്വാതന്ത്ര്യത്തിന്റെ ഗ്യാരന്റി. അതുകൊണ്ട് കാളരാത്രിയിലെ കാപാലികർക്ക് കുത്തുവിളക്ക് പിടിച്ചുകൊടുത്ത കുലദ്രോഹികളെ ഓർക്കുക—വല്ലപ്പോഴുമല്ല, എല്ലായ്പ്പോഴും.

ഈ കവിതാ സമാഹാരം അതിന് നമ്മെ സഹായിക്കുന്നു. ഇവിടെ അണിനിരന്നിരിക്കുന്ന കവികൾക്ക് കേരളത്തിനു പുറത്തും സഹോദരന്മാരുണ്ട്. അടിയന്തരാവസ്ഥയെ ആദ്യം മുതൽതന്നെയും ചിലപ്പോൾ അല്പം വൈകിയും എതിർത്ത സാംസ്കാരിക നായകർ ശിവരാമകാരന്ത്, മുൽക്ക്രാജ് ആനന്ദ്, അനന്തമൂർത്തി, ദുർഗ്ഗാ ഭഗവത്, ഫുലെദേശ് പാണ്ഡെ, സത്യജിത് റേ, മൃണാൾ സെൻ, കിഷോർ കുമാർ, രാജേഷ് ഖന്ന, ശത്രുഘ്നൻ സിന്ഹ--ഈ ലിസ്റ്റ് വളരെ നീണ്ടതല്ലെങ്കിലും ഇനിയും നീട്ടാം. വിശുദ്ധ ക്രിസ്പിൻ പെരുന്നാളിന് നടന്ന അജിൻകോർട്ട് യുദ്ധത്തിന്റെ തലേന്നാൾ വില്യം ഷേക്സ്പിയറുടെ അനശ്വര കവിതയിലൂടെ ഹെൻറി അഞ്ചാമൻ മുന്നറിയിപ്പ് നല്കിയ പശ്ചാത്താപം മേല്പറഞ്ഞവരെ ബാധിക്കില്ല.

> And gentlemen in England now a-bed
> Shall think themselves accursed they were not here,
> And hold their manhoods cheat while any speaks
> That fought with us upon St Crispins day!

അതെ, ആ പെരുന്നാളിന് നമ്മോടൊപ്പം വേദനിച്ച് പൊരുതിയവരാണ് ഇവിടെ അണിനിരക്കുന്നത്. ആ മഹത്തായ പോരാട്ടത്തെപ്പറ്റി വരും തലമുറകൾ സംസാരിക്കുമ്പോൾ തങ്ങളുടെ പൗരുഷത്തിന് വിലയിടിഞ്ഞ് പോയെന്നുകണ്ട് സ്വയം അഭിശപ്തരായി പരിഗണിക്കേണ്ട ഗതികേട് ഇവർക്കാർക്കുമില്ല. കവിതയെഴുതിയതിന് തടവറയിൽ തള്ളപ്പെട്ട യുവകവി കൃഷ്ണൻകുട്ടി ഈ താളുകളിൽ നിങ്ങളോട് സംസാരിക്കും. കവിതയെഴുതി പകുതിയിലെത്തിയ അർദ്ധരാത്രിയിൽ പൊലീസുകാരന്റെ കതകിൽ മുട്ടുകേട്ട് അർദ്ധോക്തിയിൽ വിരമിക്കാൻ നിർബ്ബന്ധിതരായ ചിലർ തങ്ങളുടെ കവിത ഇവിടെ പൂർത്തിയാക്കി അവതരിപ്പിക്കുന്നു. ഇവരിൽ ഭൂരിഭാഗവും യുവാക്കളാണ്—കേരള കവിതയുടെ ഭാവി വാഗ്ദാനങ്ങൾ. ചിലർ മദ്ധ്യവയസ്സിലേക്ക് കാലൂന്നുന്നു. എന്നാൽ മുതിർന്ന തലമുറയിലുള്ള ഭൂരിഭാഗംപേരും ആ പടയോട്ടത്തിന്റെ പെരുന്നാൾ രാത്രി ഷേക്സ്പിയറുടെ ഭാഷയിൽ എസ്റ്റാബ്ലിഷ്മെന്റ് കിടക്കയിൽ വിശ്രമിക്കു

കയായിരുന്നു, അധികാര വർഗ്ഗത്തിന്റെ പട്ടുംവളയും സ്വപ്നം കണ്ടുകൊണ്ട്. വിലയിടിഞ്ഞുപോയ തങ്ങളുടെ കാവ്യപ്രതിഭയെയും പൗരുഷത്തെയും പറ്റി അവർ ഇപ്പോഴെങ്കിലും ലജ്ജിക്കുന്നുണ്ടോ എന്തോ?

എന്നാൽ മുതിർന്നവരുടെ തലമുറയിൽ ഒരാൾ മാത്രം ഉണർന്നിരുന്നു. പോരാ, രണാങ്കണത്തിലേക്ക് എടുത്തു ചാടി. ഈ സമാഹാരത്തിലെ യുവപ്രതിഭാശാലികൾക്ക് മാത്രമല്ല മലയാളത്തിനും മലയാളിക്കും അഭിമാനത്തോടെ തലയുയർത്തി പ്രപഞ്ചനം ചെയ്യാവുന്ന വസ്തുതയാണത്. നമ്മുടെ തലമുറയിലെ ഉദാത്തമായ കാവ്യപ്രതിഭ ആ കാളരാത്രിയിൽ നമ്മോടൊപ്പം ഉണർന്നു പടവെട്ടി. കുമാരനാശാന്റെയും വള്ളത്തോൾ നാരായണ മേനോന്റെയും നിരയിൽ നില്ക്കാൻ അർഹതയുള്ള ഏക മലയാളി മഹാകവി വൈലോപ്പിള്ളി ശ്രീധരമേനോനെപ്പറ്റിയാണിവിടെ പരാമർശിക്കുന്നത്.

മഹാകവി എന്നിവിടെ വിശേഷിപ്പിക്കുന്നത് അല്പം ആശങ്കയോടെയാണ്. ഛന്ദോബദ്ധമായി കുറെ മലയാളവരികൾ എഴുതിയൊപ്പിച്ച് സമാഹാരമാക്കി അറുപതാം പിറന്നാളും പൂർത്തിയാക്കിയ ഏത് അല്പവിഭവനും മലയാളക്കരയിൽ എടുത്തണിയാവുന്ന നിർമ്മാല്യമായിപ്പോയിട്ടില്ലേ മഹാകവിപ്പട്ടം എന്ന ശങ്ക! പക്ഷേ, അതുകൊണ്ടുമാത്രം തുഞ്ചന്റെയും കുഞ്ചന്റെയും ആശാന്റെയും വള്ളത്തോളിന്റെയും അന്വർത്ഥമായ ഈ വിശേഷണ പദം നമുക്ക് ഉപേക്ഷിക്കാനാവില്ലല്ലോ.

ഈ സമാഹാരത്തിൽ വൈലോപ്പിള്ളിയെ ഒഴിച്ചുള്ളവരെല്ലാം സ്വതന്ത്രഭാരതത്തിൽ കവിതയെഴുതി പേരെടുത്തവരാണ്. വൈലോപ്പിള്ളി മാത്രമാണ് നമ്മുടെ പഴയ ബ്രിട്ടീഷ് വിരുദ്ധ സ്വാതന്ത്ര്യസമരവും സമകാലിക പോരാട്ടവും തമ്മിലുള്ള തങ്കക്കണ്ണി. ആദ്യകാലത്തെ സ്വാതന്ത്ര്യഗായകരും അടിയന്തരാവസ്ഥയുടെ മഴക്കാറ് പെയ്യുന്നതും കാത്ത് സുരക്ഷിതത്വത്തിന്റെ ഭീരുത്വത്തിൽ അഭയം തേടിയപ്പോൾ മഹാകവി കുമാരനാശാന്റെയും വള്ളത്തോളിന്റെയും പാരമ്പര്യം ഉയർത്തിപ്പിടിക്കാൻ മുതിർന്നവരിൽനിന്ന് വൈലോപ്പിള്ളി മാത്രമേ ഉണ്ടായിരുന്നുള്ളൂ.

“പാരതന്ത്ര്യം മാനികൾക്ക് മൃതിയേക്കാൾ ഭയാനകം” എന്ന പ്രസിദ്ധമായ കവിവാക്യം മറ്റുപലർക്കും വെറും മൃതാക്ഷരങ്ങൾ മാത്രമായി പരിണമിച്ചപ്പോൾ മഹാകവി വൈലോപ്പിള്ളി അതിനെ അമരവാക്യമായി അംഗീകരിച്ചു. *കുടിയൊഴിക്കലി*ലെ ഇടത്തരക്കാരന്റെ ചാഞ്ചാട്ടമൊന്നും ആ വിശിഷ്ട കാവ്യത്തിന്റെ കർത്താവിനെ ബാധിച്ചിരുന്നില്ലെന്നർത്ഥം— ഈ പക്വമായ വയസ്സിലും.

അമർഷത്തിന്റെ കവിതകൾ തികച്ചും ഹ്രസ്വമായൊരു കാലഘട്ടത്തിന്റെ കവിതകളാണ്—ആ കാലഘട്ടത്തിന്റെ സത്യസന്ധവും മൂല്യവത്തും സുന്ദരവുമായ ആവിഷ്കരണം. അതുകൊണ്ടുതന്നെ അത് കാലത്തെ അതിജീവിക്കുന്ന കവിതയായി മാറിയിരിക്കുന്നു. മാനവമഹത്ത്വവും മാനവസ്വാതന്ത്ര്യവും, മാനവ പ്രേമംപോലെതന്നെ ഒരിക്കലും

കാലഹരണദോഷം തീണ്ടാത്ത കാവ്യപ്രമേയങ്ങളാണ്. വിഷയത്തിന് കാലഹരണ ദോഷം ഇല്ലെങ്കിലും, വിഷയികൾ നിശ്ചിതകാലത്തിലും നിശ്ചിതദേശത്തിലും കഴിഞ്ഞുകൂടുന്നവരത്രെ. അതുകൊണ്ട് കാലിക പ്രസക്തി കാവ്യത്തിന് ജീവന്റെ ശ്വാസവും മണ്ണിന്റെ മണവും നല്കുന്നു. അതുകൊണ്ടുതന്നെ അവയുടെ കാവ്യഭംഗി കാലങ്ങളെ അതിജീവിക്കുന്നു. ഈ ഉത്തമ കാവ്യസമാഹാരം കൈരളിക്ക് കാഴ്ചവയ്ക്കുന്ന ചിന്ത പ്രസാധകർക്കും, ആപത്തിന്റെ ഇരുളടഞ്ഞ നാളുകളിൽ മാനവമഹത്ത്വത്തിന്റെ ധീരതയും കൊടിയും ഉയർത്തിപ്പിടിച്ച സാഹിത്യ നായകർക്കും, ഉദ്ബുദ്ധ കേരളം അഭിമാന പുളകത്തോടെ അഭിവാദനങ്ങളർപ്പിക്കുന്നു.

ദേശാഭിമാനി
മെയ്ദിനം, 1977

മാവേലി നാടുവാണീടും കാലം

വൈലോപ്പിള്ളി

"മകനേ, മുറ്റത്ത് പൂത്തറമേലിരിക്കവേ
'സുഖമോ നിന?'ക്കെന്ന് ചോദിപ്പൂ മഹാബലി
കൂപ്പുകൈയോടെ ചൊന്നേൻ, 'സുഖമാണൊരുവിധം,
അപ്പുരാതനകാലമംഗളം മാഞ്ഞീടിലും
'പൂവൊലി' വിളിക്കുന്ന കുഞ്ഞുങ്ങൾ പാടുന്നിന്നും,
'മാബലി വാഴും കാലം മാനവരൊരുപോലെ'
ആ മുഖസ്തുതി കേട്ടു പുഞ്ചിരിതൂകി മന്നൻ,
ആമുഖമേവം ചൊല്ലിത്തുടർന്നേൻ പതുക്കവേ:
"എങ്കിലും പലതും കണ്ടെൻ പഴമനസ്സിന്
ശങ്കയുണ്ടല്പം, മാപ്പുനല്കണം, ചോദിക്കട്ടെ
മൂലോകപ്പെരുമാളായങ്ങ് വാണൊരാക്കാലം
മാലോകരെല്ലാമത്രയ്ക്കാമോദമിയന്നുവോ?
ഏകാധിപത്യത്തിന്റെ മേല്മീശ* ചലിക്കവെ
മൂകാനുസരണത്തിൻ നുകമേന്തിയ മർത്ത്യർ
വിളയിച്ചുപോൽ നൂറുമേനികൾ വയൽതോറും
വിരചിച്ചുപോൽ വ്യവസായത്തിൻ ചമയങ്ങൾ.
നർത്തനം ചെയ്യും കടൽമങ്കതൻ ചിലങ്കകൾ-
ക്കൊത്തു കമ്പോളങ്ങളിൽ കിലുങ്ങീ പൊൻനാണ്യങ്ങൾ

* മീശ = മീസ (misa)

ശുക്രനാം ആചാര്യന്റെ നയമന്ത്രണ, മങ്ങേ
വിക്രമ, മിവരണ്ടും വിജയിച്ചിതു മേന്മേൽ.
കൊള്ളായിതെന്നാൽ മർത്ത്യരീ മഹൈശ്വര്യത്തിങ്ക-
ലുല്ലാസമിയന്നുവോ? ഭയത്തിൽ സുഖമെങ്ങോ?
തിരുവായ്ക്കെതിർവായ മിണ്ടുകിൽ കേൾക്കാം രാവിൽ
പുരവാതിലിലങ്ങേക്കിങ്കരൻ മുട്ടും ശബ്ദം.
യാത്ര ചൊല്ലാനും കൂടിയാകാതെ, യവനെത്തും
കാത്തുനിന്നീടും കഴുവിങ്കലോ തുറുങ്കിലോ.
ഞാനുമെൻ പാവപ്പെട്ട വീണയുമക്കാലത്തീ
ക്ഷോണിയിൽ ശ്വസിക്കാഞ്ഞതെന്തൊരു
മഹാഭാഗ്യം!"
പുരികം ചുളിച്ചോതി മാബലി "ദുസ്വാതന്ത്ര്യം
പെരികെസ്സുഖമെന്നു നീ പരിഗണിക്കുന്നു.
നിതരാം ശുദ്ധാത്മാക്ക,ളന്ധവിശ്വാസങ്ങളാൽ
ഹതരായ്, സുഖാലസ്യരതരായ് മദിക്കുവോർ,
പാപരാമരാജകവാദികളോതുന്നുപ-
ജാപമന്ത്രം കേ,ട്ടെന്നെത്തുരത്താൻ തുനിഞ്ഞവർ,
അത്തരം പൗരന്മാരാമസുരന്മാരെ ക്രമാ-
ലുത്തമ പൗരന്മാരാ, യുരത്ത യോദ്ധാക്കളായ്
അഗ്ര്യധർമ്മത്തിൻ സംസ്കാരത്തിലേക്കുയർത്തുവാ-
നുഗ്രശാസനനായി ഞാൻ ഭവിച്ചതു തെറ്റോ?
കളക തടങ്ങളിൻ കഥയും വിമർശവും
കളകൾ പറിക്കാതെ കളമം തഴയ്ക്കുമോ?
ദേവകളപവാദം ചൊല്‌വതു കേട്ടെന്നാം നീ
യാവകക്കാർക്കെൻ ഗോത്രമദ്യസൂയ തൻ പാത്രം.
മൂന്നുവട്ടം ഞാൻ വെന്നേനിന്ദ്ര*നെ, സ്വർഗ്ഗത്തേക്കാൾ
നീർന്നുനില്ക്കുമാറെന്റെ നാടിനെ ചമയിച്ചേൻ.
പണ്ടു താൻ കറുമ്പരാമസുരന്മാർ തൻ നേട്ടം
കണ്ടു കൺകടിക്കുവോർ ദേവരെന്നല്ലോ ഞായം.
അവർതൻ പ്രലപനമാരുകേൾക്കണ, മെന്റെ
കവികളെന്നെപ്പാടി വാഴ്ത്തിയിട്ടില്ലേ മുന്നം?
നീ പരിചിതരമ്യമപ്പദം മൂളീലയോ,
'മാബലിവാഴും കാലം മാനവരൊരുപോലെ'
ഞാനുണർത്തിനേൻ,'പൊറുത്താലു, മങ്ങുന്നിൻ സേവ
പൂണുവാനേതോ കവി തീർത്തതാവാമഗ്ഗാനം.
'അങ്ങുതാൻ നീതിന്യായ, മങ്ങുതാൻ വാർത്താകേന്ദ്ര,
മങ്ങുതാൻ രാജ്യം, രാജ്യമങ്ങുതാൻ, സമസ്തവും;

* ഇതിഹാസം മഹാബലിയുടെ അപദാനം ഇങ്ങനെ ഘോഷിക്കുന്നു. ഇവിടെ പാകിസ്ഥാൻ, ബംഗ്ലാദേശ് സമരങ്ങൾ ഓർക്കുക.

മോളിലാകാശത്തിന്റെ തോളിൽ ഞാന്നിടും ചെണ്ട*
മേലവിടുത്തെപ്പുണ്യകേളി മാറ്റൊലിക്കൊൾവൂ'
ഉന്നത പ്രസാദത്തിന്നൂണു കിട്ടുവാനേവം
ഉൺമയെയത്യുക്തിയാലൂതി വീർപ്പിപ്പോരിവർ.
കോഴവാങ്ങുവോർ, മായം വില്ക്കുവോർ, സ്ഥാനം കിട്ടാൻ
കേഴുവോ, രീമട്ടേറെക്കൂട്ടരുണ്ടിവർക്കൊപ്പം.
മന്നിലേതൊരു മഹാൻ ശക്തനു, ണ്ടിപ്പാഴന്മാർ
പിന്നിലുണ്ടദ്ദേഹത്തിൻ കറുത്ത നിഴൽ നീട്ടാൻ.
പ്രാഭവം ദുഷിപ്പിപ്പൂ നരനെ, നിശ്ശേഷമാം
പ്രാഭവം ദുഷിപ്പിപ്പൂ നിശ്ശേഷ, മെന്നുണ്ടല്ലോ.
സന്തതം മധുരത്താലൂട്ടപ്പെ, ട്ടരചന്റെ
യന്ധഭീരുതയേലു മഹന്ത തടിയ്ക്കവേ
അനുകൂലമല്ലാത്ത വാക്കിനെ ഞെരുക്കുവാ-
നധികാരത്തിൻ കൈകളായിരം ചലിക്കവേ,
ചിറകാർന്നൊരു ചിന്ത, ജീവിതവിമർശത്തിൻ
സ്വരമായ് സ്വതന്ത്രമായൊഴുകും സാഹിത്യവും
നിരവദ്യമാം ദർശനങ്ങളും നിരുദ്ധമായ്
നിരക്കെ മണൽക്കാടിൻ മൂകത പടരുന്നു.
സേവതന്നടവാർന്നു പിൻപൊരു കൊച്ചൻ**വന്നു
കാൽവെച്ചു വീഴ്ത്തീടുന്നൂ വിഭുവെപ്പാതാളത്തിൽ.
എൻമൊഴി പരുഷമാണെങ്കിലോ പൊറുത്താലും,
ഉൺമയെക്കൈക്കൊണ്ടാലും", ഉരച്ചാൻ മഹാബലി
"നിന്ദിച്ചുവല്ലോ നീയാ കവിയെ, ശ്ശാന്തം, പാപം,
എന്നിച്ഛയാലാസ്സാധു നിർമ്മിച്ചതാണഗ്ഗാനം
എൻകുലപ്രശസ്തിയുമെൻചരിത്രവും, സത്യ-
ഭംഗിയേലുമാപ്പാട്ടുമെഴുതി,ച്ചെല്ലാം ഭദ്രം
പേടകമൊന്നിൽ കുഴിച്ചിടുവിച്ചു ഞാൻ, വല്ല
മൂഢരും പില്ക്കാലത്തു പാഴ്നുണ പരത്തായ്‌വാൻ
അതു കണ്ടെടുത്തിട്ടുണ്ടാകണ, മാശിച്ചപോ-
ലധികം ശതാബ്ദങ്ങൾ കഴിഞ്ഞു നിൻ പൂർവ്വന്മാർ"
സാകൂതം ചിരിക്കയായ് മാബലി, ചിരിപൊട്ടി
മാഴ്കീതു ഞാനും, ചൊന്നാനദ്ദേഹം സഗൗരവം:
'ഹരിയല്ലയോ വന്നു കൈയേറ്റു ധരാഭാരം,
പെരുകുന്നില്ലേ ഭദ്രം?' പറഞ്ഞേൻ മടിച്ചു ഞാൻ:

---

* 'ആര്യഭട്ട' എന്ന കൃത്രിമോപകരണത്തെ ഉദ്ദേശിച്ച്.

** പുരാണത്തിൽ ഈ കൊച്ചൻ പടുവേഷത്തിൽവന്ന മഹാവിഷ്ണുവാണ്. ഇന്ത്യാ ചരിത്രത്തിൽ ഇതായിരിക്കുമെന്ന് കവിതയെഴുതുന്ന കാലത്ത് സ്പഷ്ടമായിരുന്നില്ല. സഞ്ജയനാകാം എന്നൊരൂഹം ഇല്ലാതിരുന്നില്ല.

"ഭദ്രമുണ്ടൊരുവിധം, മൃഗതൃഷ്ണയാണല്ലോ
ഭദ്ര, മുദ്രയം മാറും ധർമ്മങ്ങളുടെ മുമ്പിൽ
അച്ചടക്കവും, ചിട്ട,യടുക്കും കുറഞ്ഞാലും
മെച്ചമു,ണ്ടെല്ലാതെറ്റും ഭഗവാൻ പൊറുക്കുന്നു.
നേരിട്ടു ഭരിക്കാതെ, തന്നെത്താൻ ഭരിക്കേണ്ടും
ഭാരിച്ച ചുമതല ലോകരെയേല്പിക്കുന്നു.
അത്രയും സഹിഷ്ണുവാണദ്ദേഹം, ശകാരിച്ചാ-
ലദ്ദയക്കില്ലാ കുറ,വന്യനെക്കീർത്തിച്ചാലും.
ആതിഥേയനദ്ദേവനങ്ങേയ്ക്കി, ന്നങ്ങേ സ്തുതി-
ഗീതികൾ പൂതേടുമീക്കുട്ടികൾ പാടീടുമ്പോൾ
പുളകംകൊള്ളുന്നുണ്ടാമദ്ദേഹ, മെന്നല്ലിന്നീ
ക്കളകണ്ഠമേലുന്ന കൊച്ചു വാമനരായി
പൂപറിപ്പതും ഗാനം ചെയ്‌വതും ഹരിയല്ലോ
"മാബലി വാഴും കാലം മാനവരൊരുപോലെ!"

മാതൃഭൂമി, ഓണപ്പതിപ്പ് 1976

വെളിച്ചം വിതച്ച തെറ്റിന്

ഏഴാച്ചേരി രാമചന്ദ്രൻ

ശിലകളിലഗ്നി വിടർത്തിയും, പൂക്കളിൽ
കുരുതിക്കളനിറം തൂകിയും, പർവ്വത-
മുടികൾ കുലുക്കിയും, താഴ്‌വരക്കാട്ടിലെ-
ക്കിളിയുടെ ശോണവിപഞ്ചികയിൽ മോഹ-
മധുരമാമൊരു നാഗഗാന്ധാരി തൂകിയും
വരവായ്, കിഴക്കുനിന്നെത്തിയ കാറ്റിന്റെ
ചുമലിൽ ഇടിമുഴക്കങ്ങളോടൊത്തു നീ.

ഇടയിടെ വെട്ടിത്തിളങ്ങുവതാരുടെ
പടവാളുമങ്കപ്പരിചയും; ആഷാഢ
നിഴലുകൾ നീന്തി നിറംപോയ മണ്ണിന്റെ
നിനവുകളിൽ സൂര്യമല്ലിക പൂത്തുപോയ്!

വിശറിക്കരിമ്പനയോലയിളക്കിയും
ചുടലക്കനലത്തു കൈകളുണക്കിയും
എഴുതിരിപ്പാലച്ചുവട്ടിലെയജ്ഞാത-
ഗുഹയിൽ മയങ്ങുന്ന മാദകയക്ഷികൾ
ഇത്തിരി വാസനച്ചുണ്ണാമ്പു ചോദിച്ചു
നില്ക്കാൻ ഭയന്നു നീയെത്തും വഴികളിൽ.

ഒടുവിലതെല്ലാം കഴിഞ്ഞു നിൻ കുങ്കുമ-
കിരണങ്ങളാഴിയിൽ താഴുന്നതും നോക്കി
ഉദയാസ്തമയ മലയ്ക്കുമേൽ ഞങ്ങളും
വ്യഥയുടെ പൂക്കളും കാവലിരിയ്ക്കയായ്.

നിന്നെത്തുടലിട്ടു കൊണ്ടുപോകുന്നതും
പൊള്ളും മണലിൽ വലിച്ചിഴയ്ക്കുന്നതും
അന്നവിളക്കുകൾ പൂത്ത ന്യായാസന-
ത്തിണ്ണയിൽ നീയടിയേറ്റു പുളഞ്ഞതും,
കണ്ടു ഹൃദയം തകർന്നു മിഴിനീരു-
കൊണ്ടു മെഴുകുതിരികൾ കൊളുത്തിയോർ.
ഞങ്ങൾ, യഹൂദ്യാ മരുഭൂമിയിലഴ-
ലുണ്ണും ശമരിയാക്കാരന്റെ കുട്ടികൾ.

അക്കരെ കൊട്ടാരവാതിലിൽ നില്ക്കുമാ-
വൃദ്ധനൃപതി തൻ പുത്രി ശലോമിയൊ-
രഗ്നിനാളം പോൽ പുളഞ്ഞാടുകയാണു
രക്തമയൂഖമേ, നിന്റെ ശിരസ്സിനായ്!

തെല്ലും കരയുകയില്ലിനി, നീ വിഷ-
ച്ചങ്ങല പൊട്ടിച്ചു നിൻ പിതാവിൻ വഴി
നന്നാക്കുവാൻ വരുമെന്നറിയുന്നവർ,
ഞങ്ങളീയേദൻ തടത്തിലെ മുക്കുവർ.

ദേശാഭിമാനി വാരിക, 1975 ആഗസ്ത് 17

പ്രഭാതം

കടമ്മനിട്ട രാമകൃഷ്ണൻ

കാലൻകോഴികൾ കൂവി:-
'വരുന്നൂ മധുരോദാരം
പുലർകാലം'
അക്ഷര വിരുതർ പാടീ:-
'പ്രോജ്ജ്വലമായ പ്രഭാതം'
എന്നിട്ടെന്തേ കാക്ക കരഞ്ഞതു
കാലുഷ്യത്തിൻ പരുഷസ്വരം?
നരച്ച താരകൾ കട്ടിലിലേറി
കണ്ണുകൾ ചിമ്മി,
പൊലിഞ്ഞ കാലം
കൈകൾ മടക്കിത്തലയ്ക്കു വച്ചു
പുതച്ചുകിടക്കുന്നു.
ചിലങ്കകെട്ടിയ നീലനിലാവിൻ ചിലമ്പൊലി
ചില്ലറയായെൻ കീശയിലുണ്ട്
എന്നാലും,
ചിണുങ്ങിവന്നു കലമ്പിയ പ്രേമത്തിൻ
ഉരിഞ്ഞുവീണ പുറന്തൊലികൾ
ഉണങ്ങിനില്ക്കും മുല്ലക്കാടിൻ
ചില്ലകളിൽ,
ചിലന്തി കെട്ടിയ മാറാലകളിൽ
തൂങ്ങുന്നു.
പീളയടിഞ്ഞു കനത്ത മിഴി-
പ്പോളകളൊന്നു തുറക്കാൻ
കണ്ണു തിരുമ്മും കതിരോൻ

മൂരിനിവർക്കെ മരക്കൊമ്പുകളിൽ
നേരിയ നിശ്വാസങ്ങൾ.
ഇന്നലെയുച്ചയ്ക്ക്,
എരിയും വെയിലത്ത്,
എവിടെയോ കണ്ട മരീചിക
മുത്തിയ മനസ്സോടെ.
മാദകസ്വപ്നം ക്ഷയം പിടിച്ചു
കുരച്ചുതുപ്പിയ ചോര
പുരണ്ട കഫക്കട്ടകളിൽ,
അരിച്ചനങ്ങിപ്പോകുമെറുമ്പിൻ
അനന്തമായ പ്രയാണം നോക്കി
അകം പനിച്ച്,
പുറം മരിച്ച്
കുനിഞ്ഞിരിക്കുകയാണീ ഞാൻ.
അക്ഷയമായ പ്രഭാതം
അനന്തമായ പ്രയാണം
കുറച്ചു ചോരച്ചളികളു തുപ്പി
പ്പനിച്ചിരിക്കാൻ ഞാൻ.

മലയാളനാട് 1976 ഒക്ടോബർ 17

ആത്മഗാഥ

എം കൃഷ്ണൻകുട്ടി

അലറുന്ന തോക്കുകൾ തുപ്പും തീയുണ്ടകൾ
വിരിമാർത്തടങ്ങൾ തകർക്കുമ്പോഴും
അണമുറിഞ്ഞൊഴുകുന്ന ചോരയിൽ ജീവന്റെ
തിരിനാളം മുങ്ങിപ്പൊലിയുമ്പോഴും
പതറാതെ തളരാതെ, പൊരുതിക്കയറിയോർ
പടവെട്ടിച്ചത്ത പ്രിയസഖാക്കൾ.
അവരാണ് ഞങ്ങളെയാദ്യം പഠിപ്പിച്ച-
തവകാശ ബോധത്തിൻ ബാലപാഠം.
കഴുമരച്ചില്ലകൾ നീട്ടും കയർ കുരു-
ക്കണിയുവാൻ തലപൊക്കി നില്ക്കുമ്പോഴും
മൃതിതൻ പരുക്കൻ വിരലുകൾ തൊണ്ടയിൽ
ചതിനഖം കത്തിയമരുമ്പോഴും
അവസാന ശ്വാസത്തിൽ, "ഇങ്ക്വിലാബ് സിന്ദാബാ"-
ദലറി വിളിച്ച സമരധീരർ
അവരാണ് ഞങ്ങളെയാദ്യം പഠിപ്പിച്ച-
തടിമവർഗ്ഗത്തിന്റെ സംഘബോധം.
അവരോതിത്തന്ന സമരമന്ത്രങ്ങളേ
പകരുന്നു ഞങ്ങളിൽ കർമ്മവീര്യം.
അവരുടെയനുപമ വീരേതിഹാസമേ
അനുയായികൾ ഞങ്ങൾക്കാത്മധൈര്യം.

2

അലതല്ലും വേമ്പനാടോളങ്ങൾ പറയുമാ
കഥ നിങ്ങൾ പലവട്ടം കേട്ടതല്ലേ?
ചുടുരക്തപുഷ്പമായ് നാടിന്റെ ജീവനിൽ
ഒരുനാളും വാടാതെ പൂത്തുനില്ക്കും
വയലാറിൻ ചരിതം സ്മരിക്കവേ ചോരയിൽ
എരിയുന്ന പുളകങ്ങൾ കൊൾവീലല്ലീ?
കയറിന്റെ നാട്ടിലെ പട്ടിണിക്കോലങ്ങൾ
കരയുവാൻ കണ്ണുനീർ തീർന്നുപോയോർ,
ഇരവിലും പകലിലും ഒരുനേരമൊഴിയാതെ
കൊടുമർദ്ദനത്തീയിൽ വെന്തകാലം.
അധികാരഗർവ്വിന്റെ നീരാളിക്കൈകളിൽ
അമ്മപെങ്ങമ്മാർ പിടഞ്ഞകാലം,
അന്നാണെൻ നാടിന്റെ, യാത്മാഭിമാനത്തിൻ
അങ്കച്ചുരികയുയർന്നതാദ്യം.

മുടിയഴിച്ചാടിയോരറുകൊല വാഴ്ചതൻ
പുലിനഖം കായലിൽ പിഴുതെറിയാൻ,
പടയണി തീർത്തവർ; അഭിമാനമല്ലയോ
മുടിയാട്ടക്കാരോടെതിർത്തു ചാകൽ?
തുരുതുരെത്തോക്കുകൾ തീമഴ പെയ്തിട്ടും
അരയടി പിന്നോട്ടു മാറിയില്ല.
തിരതീർന്നയന്ത്രങ്ങൾ, ആ ധീരതയുടെ
വിരിമാറു കണ്ടു തലകുനിച്ചു!
അലതല്ലും വേമ്പനാടോളങ്ങൾ പാടുമാ
ക്കഥ നിങ്ങൾ പലവട്ടം കേട്ടതല്ലേ?
അവരാണ് ഞങ്ങടെയാദിമാചാര്യന്മാർ,
അവരേ പഠിപ്പിച്ചിതാദ്യ പാഠം.

3

എവിടെയെല്ലാം പിന്നെ, യെവിടെയെല്ലാം നാട്ടി-
ലുടനീളമെത്രയോ പോർക്കളങ്ങൾ,
അവകാശ സമരങ്ങൾ, അഗ്നിപരീക്ഷകൾ
തിരമറിയും ജനകീയപ്പടയണികൾ.
അവിടൊക്കെ വെടിപൊട്ടി,
കഴുമരം കയർനീട്ടി,
ഇരുളിൽ കഠാരകൾ ചോരമോന്തി

അവിടൊക്കെയെത്രയോ വിമലചാരിത്രങ്ങൾ,
വിടരുന്ന മൊട്ടുകൾ പുഴു തുരന്നു.
കരിവെള്ളൂർപ്പുഴയുടെ തിരകളിലിപ്പൊഴും
ചെവിയോർത്താൽ കേൾക്കാം വെടിമുഴക്കം.
കയ്യൂരെക്കുന്നിലെ ഇല്ലിമുളകളിൽ
കഴുമരം ഞെട്ടിയോരലറൽ കേൾക്കാം.
താരന്തൂരെപ്പാഴ്ക്കിണറ്റിന്റെ വക്കത്ത്
കരളലിയിക്കുന്ന തേങ്ങൽ കേൾക്കാം.
ചെട്ടിയങ്ങാടിത്തെരുവിലിരുട്ടത്ത്
പട്ടികൾ ഓലിയിടുന്ന കേൾക്കാം.
പന്ത്രണ്ടവുൺസിന് കൈക്കുമ്പിൾ നീട്ടുമ്പോൾ
നെഞ്ചത്തുകൊണ്ട തീയുണ്ട കാണാം.
പത്തു സെന്റിന്നു സമരം നയിച്ചതി-
ന്നിപ്പോഴും നോവും മുതുകു കാണാം.
എവിടെല്ലാം, പിന്നെ, യെവിടെല്ലാം
നാട്ടിലുടനീളമെത്ര പടക്കളങ്ങൾ!
അവിടൊക്കെയിപ്പോഴും നുര പതഞ്ഞീടുന്നു,
മനുഷ്യന്റെ ചോരയും കണ്ണുനീരും.

4

വഴിയിലീ ഞങ്ങളെ വിട്ടിട്ടു ശത്രുവിൻ
ചെളികാലു നക്കുവാൻ പോയവരെ,
ഒരുമിച്ചു തോളൊത്ത് മുന്നോട്ട് പോകുമ്പോൾ
സഹജർ തൻ കുതികാലു വെട്ടിയോരെ,
കിലുകിലെക്കിലുകിലെ നിങ്ങൾ കിലുക്കുന്ന
പ്രതിഫല നാണയത്തുട്ടുകളിൽ
ചിതറുന്നതാരുടെ ചോരയെന്നോർക്കാതെ
ലഹരിയിൽ മൂടുമറന്നവരെ,
ഗതികെട്ട നിങ്ങളെയോർത്തിതാ കേഴുന്നു,
വയലാറും കയ്യൂരും കരിവെള്ളൂരും.

മനുഷ്യന്റെ ചോരയിൽ മുങ്ങിനിറം കൊണ്ട
കൊടി നിങ്ങൾ പണയപ്പെടുത്തിയല്ലി!
മർദ്ദകവർഗ്ഗത്തിൻ പാളയപ്പന്തലിൽ
ഉച്ഛിഷ്ടഭോജികളായിതല്ലീ!
മധുരം നുണഞ്ഞുകൊണ്ടെതിരാളി വർഗ്ഗത്തിൻ
അരമനച്ചായ്പിൽ കിടന്നുകൊള്ളൂ.
അവരുടെ സംഹാര നടനോത്സവങ്ങൾക്ക്

കുഴിതാളം കൊട്ടിക്കൊടുത്തുകൊള്ളൂ.
കരുതിക്കോ, നിങ്ങൾക്കുമർഹതപ്പെട്ടതു
കടമാക്കിവെക്കാതെ തിന്നുതീർക്കാൻ,
വിധിരേഖയെഴുതിപ്പതിച്ചിരിപ്പൂ കാറ്റിൽ
തെരുവിലിരമ്പും പെരുംപടകൾ.

5

എവിടെപ്പോയ് നമ്മുടെ മഹനീയമുനിനാട്ടിൽ
മണികൊട്ടിപ്പാടുന്ന ഗായകന്മാർ
എവിടെപ്പോയവരുടെ ആർഷസങ്കീർത്തനം,
കവിയുടെ നാവിൽ മസൂരി വന്നോ?

എവിടേലും മനുഷ്യന്റെ സ്വാതന്ത്ര്യബോധത്തിൻ
തിരിനാളമിത്തിരി നീണ്ടുപോയാൽ,
എവിടേലും മർദ്ദകവർഗ്ഗത്തിന്നെതിരായൊ-
രങ്കച്ചുരികയുയർന്നു പോയാൽ,
ഹരഹര ശിവശിവ ചൊല്ലിയഹിംസതൻ
ഹരിനാമ കീർത്തനമാലപിക്കും
അരമനയാസ്ഥാന ഗായകരേ, ഇപ്പോൾ
എവിടെപ്പോയ് നിങ്ങടെ ധർമ്മരോഷം?
ഇരുപതു കഴുതകൾ കെട്ടിവലിക്കുന്ന
പെരുമന്തുകാലിനെ വാഴ്ത്തി വാഴ്ത്തി
മുനതേഞ്ഞു പോയിട്ടും പിന്നെയും തൂലിക
ക്കരമിട്ടു രാകി വലിച്ചെഴുതും
പെരിയ കവീന്ദ്രരേ, നിങ്ങളവാർഡിന്റെ
രജത കിരീടമണിഞ്ഞിടുമ്പോൾ,
ഒരു നിമിഷം വെറുമൊരു നിമിഷം നിന്നീ
സഹജരെയൊന്നു തിരിഞ്ഞുനോക്കൂ.
ചുടലയിലെല്ലിന്റെ തുണ്ടുകൾ തേടുന്ന
കിഴവി തൻ മൗനം ശ്രവിച്ചുപോകൂ.
മൃതികൊണ്ട പുത്രന്റെ പങ്കിനു കൈനീട്ടും
യുവതിയെയൊന്നു ശ്രദ്ധിച്ചുനോക്കൂ-
മഹനീയ മുനിനാട്ടിലുടനീളം നുരയുന്ന
ചുടുരക്തമൊന്നു മണത്തുപോകൂ.
കഴിയുമോ, നിങ്ങൾക്ക് പിന്നെയവാർഡിന്റെ
നവരത്നഹാരമിരന്നു വാങ്ങാൻ?
ഇനി പോകൂ, അരചന്റെ യൗദാര്യമേകിയ
ലഹരിയിൽ നീന്തിത്തുടിച്ചു കൊള്ളൂ,

പാടുവാൻ ഞങ്ങൾക്കുവേറെയുണ്ടായിരം
ചോരതുടിക്കുന്ന തൂലികകൾ.
നാടിന്റെയോരോ ഞരമ്പിലുമാളുന്ന
ജ്വാലകൾ പുത്തൻ പടപ്പാട്ടുകൾ.
അവരുടെ പാട്ടിന്റെയാവേശകാരിയാം
ചടുലമാമീണങ്ങളാഞ്ഞടിക്കെ,
പഴയ ദൈവങ്ങളേ, നിങ്ങടെ
ജീർണ്ണിച്ച മതിലുകൾ ഞെട്ടിവിറച്ചിടട്ടെ.

6

അധികാരിവർഗ്ഗമേ, നീ ചരിത്രത്തിന്റെ
ഇതളുകളൊന്നു മറിച്ചുനോക്കൂ.
അതിരറ്റ മർദ്ദകാഹന്തകൾ ചാമ്പലായ്
പുകയുന്ന ചിതകൾ ചികഞ്ഞുനോക്കൂ.
അതുകാൺകിലെങ്കിലും നിന്റെ നെറികെട്ട
കുടിലതന്ത്രങ്ങൾ നിറുത്തിയെങ്കിൽ!
ലഹരി പിടിച്ചു സമനില തെറ്റിയ
തലയിൽ കൊടുങ്കാറ്റടങ്ങിയെങ്കിൽ!
അടിമുടിയായുധം ചാർത്തിയാലും നിന-
ക്കൊരുനാളുമില്ല വിജയപീഠം!
വെടിയുണ്ടകൾക്കീ വിമോചനപ്പട്ടാള
നിരകൾ പിളർക്കുവാനാവുകില്ല.
കരിനിയമങ്ങളാൽ, കാടിന്റെ നീതിയാൽ
കുടിലമാർഗ്ഗങ്ങളാൽ, കുത്സിതത്താൽ
ഭരണാധികാരമേ! മോഹിച്ചിടേണ്ട നീ,
ഭയഹീനർ ഞങ്ങളെയടിപണിയ്ക്കാൻ
ഇടിമുഴങ്ങീടുന്ന ചക്രവാളത്തിൽ നി-
ന്നൊരു വെള്ളിടിവാൾ പിറന്നുവീഴും,
മദകുരു പൊട്ടിയ നിന്റെ തലയ്ക്കുമേൽ
അതുവന്നു വീണു പിളർന്നുപായും!
അനുനയമില്ലാത്ത വർഗ്ഗസമരത്തിൽ
അവസാന വിജയം കരസ്ഥമാക്കാൻ,
ഉണരുകയല്ലയോ, കർമ്മബോധത്തിന്റെ-
യുടവാളണിഞ്ഞ ജനപദങ്ങൾ!
അവരുടെ ജീവിത പന്ഥാവിലാരൊക്കെ
കരിമുൾച്ചെടികൾ വളർത്തിയാലും,
അവരുടെ മുന്നേറ്റയാത്രയിലാരൊക്കെ
മതിലും കിടങ്ങും ഉയർത്തിയാലും,

അവയൊക്കെത്തട്ടിയെറിഞ്ഞലമാല പോൽ
അലറിയടിച്ചവർ യാത്രചെയ്യും.
അകലെയല്ലാത്തൊരാ മുക്തിസോപാനത്തിൽ
അവരവസാനം കയറിനില്ക്കും.
അവരുടെ ചെങ്കൊടി നാടിന്റെ നെറ്റിയിൽ
പുതിയ പ്രഭാതമായ് പൂത്തുനില്ക്കും.

-*കർഷകതൊഴിലാളി* മാസിക, 1976 ജനുവരി

പൂജ്യം

അയ്യപ്പപ്പണിക്കർ

അൻപതു പൂജ്യമെടുത്തു കളിച്ചു ഞാ-
നൻപതു മൻപതായ് നിന്നു ചിലപ്പോഴ-
തൻപതുമൊന്നായ് ചുരുങ്ങി പലപ്പോഴു-
മൻപിനായ് കേണു കിടന്നൂ.

അക്കരെയിക്കരെക്കാവലിരുന്നു ഞാ-
നൊക്കത്തെടുത്തു നടന്നു പുരാതന-
സ്വർഗ്ഗകഥകൾ പറഞ്ഞു കൊടുത്തൊരേ
തൊട്ടിലിലാട്ടിയുറക്കീ.

ഓരോരോ പൂജ്യവും പൊട്ടിച്ചിരിക്കുമ്പോ-
ഴോരോരോ രാഗമായ് മാറിൽ കളിക്കുമ്പോ-
ഴോരോ ചിരന്തന സ്വപ്നമായ് മാറിവ-
ന്നോമനിച്ചല്ലോ ദിനങ്ങൾ!

ഒന്നിനു മേലൊന്നു വീതമടുക്കി ഞാൻ
കുന്നുകൾ കെട്ടിയൊരുക്കി പിന്നീടവ-
യൊന്നിച്ചൊരാറായൊഴുകിയൊടുവിലീ
മണ്ണിലലിയിച്ചിറക്കീ.

പൂജ്യങ്ങൾ കൊണ്ടൊരു പൂന്തോപ്പുവാർത്തതിൽ
പൂജ്യം കൊരുത്തൊരു പുല്ക്കുടിൽ നെയ്തതിൽ
പൂജ്യത്തരുണിയെ പൂജിച്ചുവെച്ചൊരു
പൂജ്യമായ് ഞാനും കഴിഞ്ഞു.

വിവേകോദയം, 1976 ഫെബ്രുവരി 8

അച്ചടക്കമുള്ള നുണുങ്ങു കവിതകൾ

സി പി അബൂബക്കർ

ശുദ്ധീകരണം

നാക്കിന് തുടലിട്ട്
നില്ക്കയാണ് ഞാനെന്റെ
വാക്കുകളരിപ്പയി-
ലരിച്ചു കഴിയുന്നു.
ഇടയ്ക്കു വായിൽ നിന്നു-
മിറ്റു വീണിടും വാക്കിൽ
നടുക്കം കുറിച്ചിടു-
മക്ഷരങ്ങളെപ്പോലും
തീക്ഷ്ണാമ്ലദുർഗ്ഗന്ധങ്ങൾ
വിങ്ങിയ പരീക്ഷണ-
ശാലയിൽ ടെസ്റ്റ്യൂബിൽ
ഞാൻ തിളപ്പിച്ചെടുക്കുന്നു.

ജയജയ പാടിയോർ

ഹാ, സ്വതന്ത്രതേ! ഞങ്ങ-
ളാവോളം കുടിപ്പതിൻ
മുന്നമേ നീയാം പാന
പാത്രമിന്നുടഞ്ഞല്ലോ,
ദൂരവാനിനെ നോക്കി-
പ്പാറുവാൻ കൊതിച്ചേറെ-
ക്കാലമായ് നിരയായി
നിന്നവരല്ലോ ഞങ്ങൾ.

മാരിവില്ലിനെ ജീവൽ-
ക്കൊടിയായ് കരുതിയോർ
മേഘമാലകൾ കാണാൻ
കഴിയാതിരുന്നവർ
ഇടിയൊച്ചകൾ കേട്ടു
മഞ്ഞളിച്ചുപോയ്; ശീത-
ക്കൊടും കാറ്റടിച്ചപ്പോൾ
മരവിച്ചു പോയേറെ-
നാളുകളായീ നിന്നെ-
ക്കുറിച്ചു ജയജയ-
ഗാനങ്ങൾ രചിച്ചുച്ച-
മാലപിച്ചവരല്ലേ?

–*ദേശാഭിമാനി* വാരിക, 1975 ജൂലായ് 13

നാവുമരം

സച്ചിദാനന്ദൻ

നടവഴിയിൽ, നാലുകെട്ടിൽ
നാട്ടിലെല്ലാം നടപ്പുദീനം
നാട്ടമ്മ നല്ല തേവി
കോട്ടയിൽനിന്നരുൾ ചെയ്തു.
തട്ടകത്തേ നാവെല്ലാം
കെട്ടിയിട്ടു കുരുതിചെയ്യാൻ.
കുരുകാർന്നോർ നാവരിഞ്ഞൂ
മരുമകന്റേം നാവരിഞ്ഞൂ
മാറ്റാന്റേ നാവരിഞ്ഞൂ.
വർത്തമാനം വിളിച്ചുകൂവും
ചെക്കന്റേം നാവരിഞ്ഞൂ.
ചുവരിലെല്ലാം കരിവരയ്ക്കും
കരുമാടീ നാവരിഞ്ഞൂ
ചെളികിളച്ചു പൂവിരിച്ചു
പുലയന്റേ നാവരിഞ്ഞൂ
പുകകുടിച്ചു പൊൻവിതച്ച
പണിയന്റേ നാവരിഞ്ഞൂ
നല്ല തേവി നാട്ടമ്മ
നടനിറയേ നാവരിഞ്ഞൂ
കാവിൽ നിന്നു കുളിരുകൊണ്ടു
വായില്ലാക്കുന്നിലപ്പൻ.

നടപ്പുരയിൽ കുളപ്പുരയിൽ
നടപ്പുദീനം വിടർന്ന നാളിൽ

നാട്ടമ്മ നല്ല തേവി
നാവെല്ലാമരിഞ്ഞ നാളിൽ
നാവിലൊന്നു മുളപൊട്ടി
നാളുതോറും നീണ്ടുവന്നു.
നാറാണക്കല്ലിൽ നിന്നും
നാരായ വേരുപൊട്ടി
കന്നിയില ചിന്നയില
ഉണ്ണിയാർച്ച യുറുമിപോലെ
ഉണ്ണിയില വണ്ണനില
കണ്ണപ്പൻ പരിചപോലെ
മൂന്നാമൻ പച്ചയില
കരിമ്പാണ്ടിക്കയ്യുപോലെ
നാലാമൻ പുള്ളിയില
നാഗരാജൻ പത്തിപോലെ
അലകലകായ് ചൊമലയില
ഉതിരമൂറും നാവുപോലെ.

ആരുടേതീ നാവെന്ന-
ങ്ങരിശപ്പെട്ടമ്മ നില്ക്കേ
നാവൊരെണ്ണം തുടി മുഴക്കി:
"തിരുവരങ്കൻ നാവു ഞാന്
ഉലകത്തേയിരുളിൽ നിന്ന്
തുയിലുണർത്തീയെന്റെ വാക്ക്."
നാവൊരെണ്ണം തൊണ്ട പാടീ
"അപ്പാട്ടിൽ പൂത്തതാണേ,
നല്ല തേവീ നാട്ടമ്മയും "
"പാണന്റെ കുലമറ്റാൽ
പാട്ടുപിന്നെയാരു പാടാൻ?
പാട്ടുപാടാൻ നാവില്ലേൽ
നാട്ടാരെന്നു നേരറിയാൻ
നേരറിഞ്ഞില്ലെങ്കിലെന്നീ
നാടാകെത്തുയിലുണരാൻ?"
വായില്ലാക്കുന്നിലപ്പൻ
വാ പൊളിക്കാൻ വയ്യാതെ
മോളിലേക്കു നോക്കിനില്ക്കേ
നല്ല തേവി വാളെടുത്തു
മരത്തിന്റെ കടയറുക്കാൻ.
അറുത്തിടത്തു ചോരവന്നു
ആയിരം നാവില വിരിഞ്ഞു

മറചെയ്ത നേരെല്ലാം
ഇലതോറും മിന്നിനിന്നു.
നാവുമരം പന്തലിച്ചു
പൂവിരിഞ്ഞ നാട്ടിനപ്പോൾ
മാലോകർ പേർ വിളിച്ചു
'നാവായ, തിരുനാവായ.'

–*വിവേകോദയം*, 1976 മാർച്ച് 14

ഏതുവഴി?

മുല്ലനേഴി

പാതിരാക്കൂരിരുളീ വഴിവിളക്കുകൾ
ആരോയെറിഞ്ഞുടച്ചല്ലോ.
ഇന്നലെ നാം കണ്ട പരിചിത മുഖങ്ങൾ
ഇന്നേതു ഗുഹയിലടിഞ്ഞു?
ചുട്ടുപഴുത്ത വീര്യങ്ങളിൽ മഞ്ഞിന്റെ
കട്ട പതിച്ചു കഴിഞ്ഞു;
ഇവ കണ്ടു കാണാതെ
'കട്ടനടിച്ചു'
കതകുമടച്ചു,
കറുത്ത കിനാവിന്റെ ചീട്ടുമേടിച്ചു,
'കമ' യെന്നു മിണ്ടാതിരിക്കാം,
നരച്ചു കുരച്ചു മരിക്കാം,
നാളെച്ചരിത്രം കുറിക്കുന്ന നാരായ-
രോമാഞ്ചമാകാതെ
തൊട്ടാൽ വളയുന്ന നട്ടെല്ലുറയ്ക്കാത്ത
തേരട്ടകളായ് കഴിയാം.
പക്ഷേ,
എങ്ങനെ മഹാത്ഭുത ചരിത്ര-
മുഖത്തു നാം നോക്കും?
മേലെത്തിളങ്ങുന്ന ഭാവി ഭാഗ്യത്തിന്റെ
താരകളാരാൽപ്പരിഹാസപൂർവ്വം
ചിരിപ്പതു കേൾപ്പു ഞാൻ,
കാൺമു ഞാൻ,
ഏറെപ്പഴകിയുറക്കുത്തി ജീർണ്ണിച്ച

പാഴ്മരമാകുവാനല്ല മനുഷ്യർക്കു
പാരിലെജ്ജീവിതം, കാതലിൻ കാതലായ്
കാട്ടുതീജ്ജ്വാലയിൽ കത്തിപ്പടരുന്ന
കൊള്ളിയായ്, ചാമ്പലായ്, പിന്നെ
വളമായ് മാറുവാനല്ലയോ.
ഈ ഘനമൗന മഹാദ്രിതൻ ഗർഭത്തിൽ
ഉൽക്കടം കൽക്കിതന്നട്ടഹാസം,
ഫുട്പാത്തിലൂടെയെതിരെ സമീപിക്കും
അർദ്ധ മന്ദസ്മിതം,
കൺകോണെറിഞ്ഞര നോട്ടം,
ഗൂഢഗൂഢം കൈയിൽ നീട്ടിത്തരുന്നോരു
താമരമൊട്ടെന്നിവകളിലൊക്കെയും
ഒരിരമ്പലിന്റെ കരുത്തിൻ മുളക-
ളൊളിഞ്ഞിരിക്കുന്നു,
ഇല്ലാ വിധിക്കിതിൽക്കാര്യ, മയാളെ
വെറുതേ വിടുക.
നമുക്കോ സുഹൃത്തേ,
ഇനി ചില നല്ലകാര്യങ്ങൾ
പറയുവാനല്ല
പ്രവർത്തിക്കുവാനുണ്ട്
എഴുന്നേല്ക്കുക
വരുക
പോവുക.....

–*വിവേകോദയം,* 1976 ജനുവരി 25

ശീമക്കൊന്ന

പുനലൂർ ബാലൻ

മറ്റൊന്നും പാടാനില്ല; പാടട്ടെ നിന്നെപ്പറ്റി
നിൻമഹത്ത്വത്തെപ്പറ്റി, നിൻ രഹസ്യത്തെപ്പറ്റി.
എൻവിളനിലത്തിന്റെ നാലതിരിലും നട്ടു
നിന്നെ ഞാൻ വെള്ളം കോരി വളർത്തീ;
വളർന്നപ്പോൾ,
നീയെന്റെ നിലത്തിന്റെയുരവും വളവും നീൾ
വേരുകളാലേ വലിച്ചെടുത്തു കുടചൂടീ.
വേലിയായ് പടർന്നുനീ; അയൽപക്കത്തെക്കള്ള-
ക്കാലികൾക്കെൻ തോപ്പൊരു മിച്ചഭൂമിയായ് മാറീ.
ഉച്ചയ്ക്കു വെയിൽകാഞ്ഞു നീ നല്കും തണലിന്റെ
പച്ചപ്പന്തലിൽ വേനൽക്കുയിലീണങ്ങൾ കേട്ടൂ.
പക്ഷേ, യീക്കരിവള്ളിയെരിയും തോപ്പിൽ പച്ച
കുത്തുവാൻ വാസന്തമി, ല്ലില്ലൊറ്റ മണ്ടൻപുല്ലും!
നീയെന്റെ വിള കാക്കാൻ നില്ക്കുന്നു വളം നേടി-
യാവോളം വളരുന്നു; ദാഹനീർ തേടിത്തേടി-
യെൻനിലം ചുടുനിശ്വാസങ്ങളാലകം വിണ്ടു
നിൻ തടവറയ്ക്കുള്ളിൽ കാത്തുകാത്തിരിക്കുന്നൂ,
ഇടിവെട്ടിയും വെള്ളിവാളു വീശിയും ദിക്കിൽ
തുടികൊള്ളുമെന്നുയിർത്തേല്പിന്റെ വർഷാകാലം
അഴിയൂഴികളതിൻ വരവേല്പിന്നായ് ക്ഷീണ-
മാർന്ന മാർത്തടം ചലിപ്പിക്കുന്നു ഞരങ്ങുന്നൂ.
ആർത്തിരമ്പിയെൻ വർഷമീനിലങ്ങളിൽ പുത്തൻ

വാർത്തയെത്തിക്കെ, പ്പുതുമുള പൊട്ടിക്കെ,
ക്കൊമ്പിൽ
നിന്നു നിന്നിലകളെക്കോതി ഞാൻ വളമാക്കും
പിന്നെ, വേരോടാത്തൊരു വേലി ഞാൻ വേറേ കെട്ടും.

–*കലാകൗമുദി* വാരിക, 1976 ജനുവരി 11

കരിങ്കടൽ

ഹിരണ്യൻ

വലിച്ചെറിയും ഞാൻ
പകലിന്റെ പൊള്ള വിശുദ്ധമാം മുഖം
അടിച്ചുമാറ്റും ഞാൻ
വെളിച്ചത്തിൻ കള്ളക്കഥയുടെ മുഖം
എനിക്കുവേണ്ടതീ
പനിനീർപ്പൂവിന്റെ ചതിച്ചിരിയല്ല
തിളയ്ക്കും ചോരയിൽ
കുരുത്തവനഗ്നി കുടിച്ചവനിവൻ.
കറുത്ത രാവുകൾ
പകർന്ന ദുഃഖങ്ങൾ, ദുരിത ജന്മങ്ങൾ
ചുവന്നുവന്നവൻ
ചുവന്ന സന്ധ്യയിൽ കുരിശിലേറിയോൻ
കിഴക്കു വെള്ളിടി-
മുഴക്കങ്ങൾ കേട്ടു ഉണർന്നവനല്ലോ.
എനിക്കുവേണ്ടതീ-
യിരവിൻ നക്ഷത്രമിഴികളുമല്ല:
കുറിക്കുകൊള്ളുന്ന
വചനത്തിൻ കൂർത്ത ശരമുനകളാൽ
ശരിയ്ക്കുമീ വിണ്ണിൻ
വെളുത്ത നെഞ്ചു ഞാൻ തുളച്ചു കീറിടും!
കറുത്തവനിവൻ;
കിരാതനായ് കലിയുറഞ്ഞു തുള്ളിടും!
എനിക്കുവേണ്ടതീ
നനുത്ത പ്രേമത്തിൻ സ്മരണകളല്ല:

വിളക്കുകളൊന്നും
വെളിച്ചമേകാതെ വഴിക്കു നില്ക്കുമ്പോൾ
കരിങ്കൾച്ചീളുക-
ളെറിഞ്ഞു ഞാനവ തകർത്തിടും !
തെരുവിലുണ്ടല്ലോ
പിഴച്ച പെണ്ണുങ്ങൾ, ചുമടുതാങ്ങികൾ
വിശപ്പിനാൽ സ്വന്തം
മകളെ വിറ്റവർ, വ്യഭിചരിച്ചവർ.
അഴലിന്റെ കരിമുകിലുപോലവർ
പരന്നുനില്ക്കുന്നു:
ഇനിയുമീ കടൽക്കരയിലെന്തേ ഞാൻ
കരുതി നില്ക്കുന്നു?
ഇടി മുഴങ്ങുമ്പോൾ
പകലിൻ പൊയ്മുഖം പൊളിച്ചു ചീന്തണം:
ഉതിരും ചോരകൊ-
ണ്ടിരവിനിന്നൊരു കുരുതി തീർക്കണം!
എനിക്കുവേണ്ടതീ തെറിച്ച കാലത്തിൻ
കരിങ്കടൽ മാത്രം:
ഉറങ്ങുമീ കടൽക്കയങ്ങളിലൊരു കലക്കം കാണുന്നൂ?
ഉണരുമീ കടൽത്തിരകളിന്നൊരു കൊടുങ്കാറ്റാവുന്നൂ?

–*ദേശാഭിമാനി* ഓണം വിശേഷാൽപ്രതി 1976

*കുതിക്കുക സുഹൃത്തേ!

വിഷ്ണുനാരായണൻ നമ്പൂതിരി

കുതിക്കുക സുഹൃത്തേ!

വളവുതിരിയുന്നിടം
കാണാം വിളംബരം
പേറും ശിലാഫലകം

ഇടം വലം നോക്കാതെ
ഇളവിനു കൊതിക്കാതെ
പായുക, പറക്കുക!

കുതിക്കുക സുഹൃത്തേ!

തെറിക്കുന്നുവോ നിൻ
നഖം? കാലുതട്ടി-
പ്പൊടിക്കുന്നുവോ വിരലിൽ രക്തം?
മടിക്കേണ്ട, മാഴ്കേണ്ട,
മുന്നോട്ട്: - നിൻ ചോ-
ടിളക്കുന്നിതാക്കല്ലിനേയും.

കുതിക്കുക സുഹൃത്തേ!

-*കലാകൗമുദി* വാരിക, 1976 ഫെബ്രുവരി 29

* ചില വിദ്യാർത്ഥികളെ ഓർത്തുകൊണ്ട്

എന്റെ ഗ്രാമം ഗ്രാമങ്ങൾ

കുഞ്ഞപ്പ പട്ടാന്നൂർ

പുതുമഴയ്ക്കുണരുന്ന
പുതിയ ജൈവ സ്വപ്നങ്ങൾ കണ്ണുതുറക്കുന്ന
എന്റെ ഗ്രാമം
എന്റെ ഗ്രാമത്തിന്റെ കണ്ണുകളിൽ
കാലത്തിന്റെ കാഠിന്യം
കനൽ കത്തുന്ന കാഴ്ചകൾ

രാത്രികൾ തോറും പകലുകൾ തോറും
വിഷ നഖമായ്
കരിമുഖമായ്
കഴുകിൻ കൊക്കിൻ ക്രൂരതയായ്
വേഷം മാറും കാഴ്ചകൾ-
ഈ കാഴ്ചകളിൽ
ഈ ഗ്രാമം ഇന്നുണരുന്നൂ...
ഇന്നീ ഗ്രാമത്തിൻ ശുദ്ധജലത്തിൽ
ചോര കലങ്ങുന്നൂ...
ഇന്നീ ഗ്രാമത്തിൻ തോപ്പുകളിൽ
കരടികൾ മേഞ്ഞുനടക്കുന്നൂ....

ഇന്നലെവരെ സ്വസ്ഥമായിരുന്ന എന്റെ ഗ്രാമത്തിന്റെ
വൈദ്യുതിയില്ലാത്ത ഇടവഴിയിലൂടെ
ഇന്നലെ രാത്രി ഞാൻ നടന്നുപോകുമ്പോൾ
ധൃതിവെച്ചടിവെച്ചിരുന്ന എന്റെ കാലുകൾ
പരിചിതമല്ലാത്ത ഏതോ വസ്തുവിൽ പരിചയപ്പെട്ടു.

മുറിഞ്ഞു കിടന്നു പിടയുന്ന ഒരു കാൽ.
അല്പനിമിഷം മുമ്പുവരെ
എന്റെ കാലിനെപ്പോലെ തന്നെ ഇരുട്ടിലൂടെ
നടക്കാനർഹതയുണ്ടായിരുന്ന
എന്റെ കാലിന്റെ സഹയാത്രികനാവാനവകാശമുള്ള
ഒരു കാലായിരുന്നു അത്,
യൗവനമുള്ള ഒരു കാൽ.

ഇന്നലെ പ്രഭാതത്തിൽ പുഴയിൽ മുങ്ങിക്കുളിക്കുമ്പോൾ
കണ്ണടച്ചു മുങ്ങിയിരുന്ന എന്റെ കണ്ണുകൾക്കു
താഴെ മുഖത്തിനു മുമ്പിൽ
ഒരു പതുപതുത്ത സാധനം വന്നുനിന്നപ്പോൾ
സ്വയം തുറന്ന എന്റെ കണ്ണുകൾ കണ്ടു.
അറുത്തെറിയപ്പെട്ട ഒരു നാവ്.
അല്പനിമിഷം മുമ്പുവരെ
സ്വന്തം ശബ്ദം നിശ്ശബ്ദമാവാനനുവദിക്കാത്ത
ഒരു മനുഷ്യന്റെ നാവായിരുന്നു അത്
മൂർച്ചയുള്ള ഒരു നാവ്.

ഏകാന്തസുന്ദരമായ എന്റെ ഗ്രാമത്തിന്റെ
ഊടുവഴികളിലൂടെ
ഇന്നലെ വൈകുന്നേരം സായാഹ്ന സവാരിക്കി-
റങ്ങിയ എന്റെ വിശ്രമം
കാട്ടുപൂക്കളുടെ ഗന്ധം മാത്രം പരിചയിച്ച
പരിസരങ്ങളിൽ
എങ്ങുനിന്നോ അജ്ഞാതമായൊരു ഗന്ധം
ഇടറിയെത്തി.

കണ്ണീരും മുലപ്പാലും വെടിമരുന്നിൽ കൂടിക്കർന്ന
ഈർപ്പത്തിന്റെ ഗന്ധമായിരുന്നു അത്,
ദാരുണമായ മാതൃത്വത്തിന്റെ ഗന്ധം.

ഇതാണ് എന്റെ ഗ്രാമം എന്റെ ഗ്രാമങ്ങൾ.
എന്റെ നാദഗന്ധ സ്പർശങ്ങളിൽ
ഞാനനുഭവിക്കുന്ന എന്റെ ഗ്രാമം
ഇതാണ് ഇതാണ്
(നാദഗന്ധ രുചികളെപ്പറ്റി ഗീതകം
രചിക്കുന്ന കൂട്ടരേ,
ഇതാണെന്റെ നാദഗന്ധ രുചികൾ, ഇതാണ്)

ഇതാണ് എന്റെ ഗ്രാമം, ഗ്രാമങ്ങൾ.
ഇവിടെ ചരിത്രം
അനുഗ്രഹം ചൊരിയുന്ന ഒരു
ദേവതയായി ഒരിക്കലും
ഇറങ്ങിവരില്ല
ഇവിടെ ചരിത്രം
ആയുധം ധരിച്ച ഒരു യോദ്ധാവായേ
കടന്നുവരൂ.

2

കർക്കിടകം ഭീകരമായ ചിറകുകളുമായി
എന്റെ ഗ്രാമത്തെ ചുറ്റിപ്പറക്കുന്നു.
കറുത്ത പുള്ളികളുള്ള ശൈത്യം
ഒരു വിഷ ജന്തുവെപ്പോലെ ഇഴഞ്ഞെത്തുന്നു.
വിശപ്പും വിഹ്വലതയും ദുഃഖവും ഭീതിയും
പകർച്ചവ്യാധികളെപ്പോലെ
ജീവിതങ്ങളിൽ പടരുന്നു.
ജീർണ്ണതയുടെ ഇരുട്ടറകൾ തോറും
കൃമികളും കീടങ്ങളും മുട്ടയിട്ടു പെരുകുന്നു.
അപ്പോഴും,
കന്നിനിലാവിന്റെ വിദൂരമോഹങ്ങൾ
അകാലത്തിലവസാനിക്കുന്ന യൗവനംപോലെ
കരിഞ്ഞവസാനിക്കുമ്പോഴും,
മഴമേഘത്തിന്റെ മേഘങ്ങളിൽ
നാളെകൾ ആയുധമണിയുന്നു....
ഉറക്കം നഷ്ടപ്പെടുന്ന ഇരുണ്ട രാത്രിയുടെ
ഉൽക്കണ്ഠപോലെ ഇവിടെ ജീവിതം
ഒരിക്കൽ ആഘാതമേറ്റ കുട്ടിയുടെ അകാരണ-
ഭീതിപോലെ ഇവിടെ ജീവിതം.

3

അകന്നും ഒറ്റപ്പെട്ടും അലഞ്ഞ മേഘങ്ങൾ
ആകാശങ്ങളിൽ
എന്റെ ഗ്രാമത്തിന്റെ ആകാശങ്ങളിൽ
ഒന്നിക്കുന്നു.
വരുമെന്നുറപ്പുള്ള കാലവർഷത്തെ
കരിംചിറകുകളിൽ തടഞ്ഞു തകർക്കാൻ

കഴുകന്മാർ
ആകാശങ്ങളിൽ പറന്നു ചുറ്റുമ്പോഴും
ആകാശത്തിന്റെ ആളൊഴിഞ്ഞ
കോണുകളിൽ
ഒന്നിക്കുന്ന മേഘങ്ങൾ
ആയുധങ്ങൾക്ക് മൂർച്ചകൂട്ടുന്നു.
ഇന്നത്തെ അവസ്ഥയുടെ തെരുവുതിണ്ണകളിൽ
അടിഞ്ഞുകൂടുന്ന അജ്ഞാതശവങ്ങളെല്ലാം
ഉയിർത്തെഴുന്നേല്ക്കുന്ന കാലം വരും
ഇന്നത്തെ അസ്തിത്വത്തിന്റെ അഴുക്കു
ചാലുകളിൽ
അസ്തമിക്കുന്ന
അനാഥപുഷ്പങ്ങളെല്ലാം
ഉണർന്നു ചിരിക്കുന്ന കാലംവരും
കാലവർഷം വരും
അഴുക്കും അമ്മായിയമ്മയുടെ വേദാന്തവും
തെമ്മാടിത്തവും
ചുവന്ന തെരുവും ഫാഷൻപരേഡും
പട്ടിപ്രദർശനവും
പുട്ടപർത്തിയും കന്നുകാലികളും എല്ലാം
ഒന്നിച്ചൊലിച്ചു പോകുന്ന കാലവർഷം
വരും.

കാലവർഷം വരും
കാരണം
ആകാശങ്ങളിൽ
മേഘങ്ങൾ
ആഹ്വാനം കാത്തിരിക്കുകയാണ്.

-*ദേശാഭിമാനി* ഓണം വിശേഷാൽപ്രതി 1976

കാർട്ടൂൺ കവിതകൾ

വൈലോപ്പിള്ളി

I
പശുവും കിടാവും

(ഇന്ത്യയിൽ കാലക്രമേണ അപകടകാരിയായ സ്വേച്ഛാധിപത്യം സ്ഥാപിച്ച ഒരമ്മയെയും, സാഹസിയും കമ്യൂണിസ്റ്റ് വിരോധിയുമായി വളർന്ന മകനെയും പരാമർശിക്കുന്നു. വളർന്ന് + ഉങ്കാൽ (ഹുങ്കാൽ) = വളർന്നുങ്കാൽ)

പശുവും കിടാവും, ഹാ, പണ്ടേതാൻ നമുക്കിഷ്ടം,
പശു കുത്തുന്നൂ പക്ഷേ, പാലീമ്പും പൈക്കുട്ടനോ
ഒരു വർഷത്തിനുള്ളിലോരാതെ വളർന്നുങ്കാൽ
ചുരമാന്തി നേർക്കുന്ന ചുവപ്പുകാണും ദിക്കിൽ!

II
ബ്ലാക്കൗട്ട്

(അടിയന്തരാവസ്ഥയിൽ ഗവൺമെന്റിന്റെ സെൻസർഷിപ്പ് കൂടാതെ പത്രങ്ങൾ തന്നെ രണ്ടുചേരിയായി സ്വയം ഒരുതരം വാർത്താനിരോധം നടപ്പാക്കിയിരുന്നു. ഓരോ ചേരിയിലും പത്രങ്ങൾ, മറു ചേരിക്കാരനെന്നു സംശയിക്കാവുന്ന പ്രാസംഗികന്റെ പ്രസംഗം റിപ്പോർട്ടു ചെയ്യില്ല. ഇവിടെ കവി പ്രസംഗിച്ചതായി പത്രലേഖകൻ കണക്കാക്കുന്നതേയില്ല. അയാളുടെ പത്രം മറുചേരിയാണ്; പ്രസംഗം ഒരു വരിപോലും മറുചേരിപ്പത്രത്തിൽ വരികയുണ്ടായില്ല എന്ന് വിവക്ഷ.)

ശക്തിയായ് പ്രസംഗിച്ചേൻ ഞാനൊരു മണിക്കൂറു
യുക്തി യുക്തമായ് കാര്യസ്ഥിതിയും കർത്തവ്യവും
വേർത്തു വേദിയിൽ നിന്നുമിറങ്ങി, ത്താഴേ പത്ര
വാർത്തകൾ തയ്യാറാക്കും ലേഖകനോടാരാഞ്ഞേൻ:
"പ്രസംഗം മൂർച്ചപ്പെട്ടോ സ്വല്പം?" അസ്സുഹൃത്തപ്പോൾ
അസംഗമട്ടിൽ ചൊന്നാൻ, "പ്രസംഗിച്ചുവോ
താങ്കൾ?"

III

ബ്രിട്ടീഷുകാർ വാണ കാലത്തെപ്പോലെ

(ബ്രിട്ടീഷുകാർ വാണ കാലത്തെപ്പോലെ എന്ന പ്രസ്താവനയാണ് കവിതയുടെ മർമ്മം. നമുക്ക് ആറ്റുനോറ്റു കിട്ടിയ സ്വാതന്ത്ര്യം പോലും 'അടിയന്തര' ത്തിൽ നഷ്ടപ്പെട്ടു എന്നു ധ്വനി.)

പൊന്തുന്ന യാത്രക്കാർ തൻ പൊതു സല്ലാപം ബസ്സിൽ
'എന്തെന്തു മഹാശാന്തി, യിപ്പൊഴുതെല്ലാടവും!'
ചൊല്ലിനാനൊരു വാദ്ധ്യാർ, ചോദിപ്പാനാളുണ്ടിപ്പോൾ
ഇല്ല ഘെരാവോ ബന്ദും പഠിപ്പുമുടക്കവും.
കേടകന്നതാം വാർത്ത മാത്രമായ് പത്രങ്ങളിൽ
കോടതികളിൽത്തീരെക്കുറവായ് വ്യവഹാരം."
ഉരച്ചാനൊരു കൊച്ചു ഗുമസ്തൻ,"സമയത്തു
ശരിക്കുവന്നെത്തുന്നൂ സ്റ്റേഷനിൽ തീവണ്ടികൾ"
ഓതിനാൻ പുരോഹിതൻ, "ആത്മീയം വർദ്ധിക്കുന്നു
പാതിയും നോക്കൂ ബസ്സിൽ തീർത്ഥയാത്രികരല്ലോ"
വിലപിക്കയാണർദ്ധനഗ്നനാം കൃഷീവലൻ
വിലതാണുപോയ് നെല്ലിന്നെന്നതേ മഹാകഷ്ടം.
ഇടയ്ക്കു സന്തോഷിപ്പൂ വ്യാപാരിയൊരാൾ, "കള്ള-
ക്കടത്തു നിന്നൂ കരിഞ്ചന്തയു, മതേ നേട്ടം."
കുഴപ്പക്കാരെക്കൊത്തിക്കൊണ്ടു പോകുവാൻ കണ്ണു
മിഴിച്ചു ചെവി പാർത്തു കാവൽ ചുറ്റുന്നൂ നീതി.
തൃപ്തിതേടുന്നൂ പെൻഷൻ താസീൽദാർ, "എല്ലാമിപ്പോൾ
ഭദ്രമായ് ബ്രിട്ടീഷുകാർ വാണ കാലത്തെപ്പോലെ."

IV
മുനി

('വാക്കു നിയന്ത്രിക്കുക' എന്ന അടിയന്തരാവസ്ഥയിലെ നിർദ്ദേശം ശരിക്കും പാലിക്കാൻ എളുപ്പമായ മാർഗ്ഗമെന്തെന്ന് കവി ആലോചിക്കുന്നു.)

വാക്കിൽ ചെയ്ക നിയന്ത്രണം, പറയൊലാ
കണ്ടുള്ളതും കേട്ടതും
മൂക്കിൽ കൈവിരൽ ചേർത്തു പേർത്തു നിയമം
ശാസിപ്പു, ചിന്തിപ്പു ഞാൻ
പാർക്കിൽ ഭാരതഭൂമിയൊക്കെ മുനിനാടല്ലോ
സദാ നാസമേൽ
നോക്കി ബ്രഹ്മരസം ഭുജിപ്പതിനു ഞാൻ
ബന്ധിപ്പു പത്മാസനം.

V
നിങ്ങളും ജനങ്ങളും

(നിങ്ങൾ എന്നു നിർദ്ദേശിക്കുന്നത് ഭരണകക്ഷിയിലെ പാർലമെന്റംഗങ്ങളെയാണ്. ഭരണഘടനയിൽ കുപ്രസിദ്ധമായ നാല്പത്തിരണ്ടാം ഭേദഗതി തിരുകിച്ചേർത്തപ്പോൾ അവർ പറഞ്ഞു: "ഇതിനു ജനഹിത പരിശോധനയൊന്നും വേണ്ട. ജനങ്ങളാൽ തിരഞ്ഞെടുക്കപ്പെട്ട ഞങ്ങൾ തന്നെയാണ് ജനങ്ങൾ." ആ വാദത്തിന്റെ ചുവടുപിടിച്ചു ചിന്തിക്കുമ്പോൾ കവി, പല പ്രശ്നങ്ങളും ഒറ്റയടിക്കു പരിഹരിക്കപ്പെട്ടതായിക്കാണുന്നു.)

"ഞങ്ങൾ ജനങ്ങൾ തിരഞ്ഞെടുത്തുള്ളവർ
ഞങ്ങൾ ജനങ്ങളാണെന്നു ഞായം."
അങ്ങനെയെങ്കിലോ ചിന്തിക്കയാണു ഞാൻ
സംഗതി മംഗളമായ് ചമഞ്ഞു.
മങ്ങാതുടുപ്പിട്ടു മൃഷ്ടാന്നമുണ്ണുന്നു
നിങ്ങൾ വസിക്കുന്നു ബങ്കളാവിൽ.
അപ്പോൾ ജനങ്ങളാണുണ്മ, തുടുപ്പതും
അപ്പോലെ വാഴ്വതും ബങ്കളാവിൽ.
പെട്ടെന്നു നിങ്ങളീ പ്രസ്താവമൊന്നിനാൽ
പ്രശ്നങ്ങളെല്ലാം പരിഹരിച്ചു.

VI

ആശുപത്രിയിൽ

(അടിയന്തരാവസ്ഥയിൽ സാധാരണ ഇന്ത്യക്കാരന്റെ ദുഃസ്ഥിതി)

ഞാനാശുപത്രിയിൽ പോകവേ കാണായി
ദൂനാതിദൂനമാം കാഴ്ച മുന്നിൽ
കട്ടിയായ് കൈകാൽകൾ കെട്ടിയൊരുത്തനെ
ക്കട്ടിലിൽ ബന്ധിച്ചിരിക്കയത്രെ.
തള്ളിയിരിക്കുന്നു വായിൽ പഴന്തുണി
ചൊല്ലിനേൻ ഡോക്ടറോ'ടെന്തിനേവം?'
പറയാൻ തുടങ്ങീതു ഡോക്ട, റീപ്പുള്ളിക്കു
ചൊറിയാണ്, മാന്തലാണിടവിടാതെ.
ചൊറി പടരില്ലയോ മാന്തിയാൽ? അതുകൊണ്ടു
കരചരണങ്ങൾ ഞാൻ കെട്ടിയിട്ടു.
കടിപൊറുക്കാതെ കരഞ്ഞു കൂവീടായ് വാ-
ണ്ടവേ തുണിയും തിരുകി വായിൽ,
ദേഹം ചടയ്ക്കരുതെന്നൊരു ചിന്തയാ-
ലാഹാരം നിത്യവും കുത്തിവയ്പൂ.
ദ്രോഹമിതെന്നോർത്തു മാഴ്കൊലാ രോഗി, ഞാൻ
മോർഫീനും നല്കുന്നു കൂടെക്കൂടെ."
"എത്രനാൾ നീളും ചികിത്സ?" ഞാൻ ചോദിക്കെ-
യത്യന്തഗൗരവമാർന്നു ഡോക്ടർ.
"ദീനം ചിരങ്ങ്; മരുന്നു ചെയ്തെത്രനാൾ
വേണം ചികിത്സയെന്നാർക്കു ചൊല്ലാം."

VII

ചക്കക്കുരു

[രണ്ടു പാർട്ടികൾ. ഒന്നു ഭരണകക്ഷി, വളരെ വലുത്; മറ്റേത് ചെറിയ ഒരിടതുപക്ഷ പാർട്ടി. ഇവ രണ്ടും (ചക്കക്കുരുവിലെ പരിപ്പുകൾ) ഇണങ്ങിച്ചേർന്നു. രണ്ടും കൂടി ഇവിടെ സോഷ്യലിസം ഉറപ്പിച്ചു വളർത്താൻ പ്ലാനിട്ടു. പിന്നീട് വല്ലാതെ ഉഷ്ണിക്കേണ്ടി വന്നപ്പോൾ ഒരു പൊട്ടുപൊട്ടി. ചെറിയ പരിപ്പ് തെറിച്ചെവിടെ പോയെന്നു കാണാനില്ല. തിരഞ്ഞെടുപ്പു പ്രഖ്യാപിക്കുന്നതിനു മുമ്പെഴുതിയതാണെങ്കിലും ഇതിലെ പ്രവചനം ഫലിച്ചു എന്നു പറയാം —വലിയ പരിപ്പും വെന്തുകരിയുകയോ തെറിച്ചു പോവുകയോ ചെയ്തു!]

രണ്ടാണു ചക്കക്കുരുവിൽ പരിപ്പ്
കണ്ടാൽ തടിച്ചൊന്നപരം ചടച്ചും
കൊണ്ടാടിയോർത്താരവർ ഞങ്ങളൂട്ടി
യുണ്ടാക്കുമേ സോഷ്യലിസ പ്രരോഹം,
ഉഷ്ണിച്ചടുപ്പിൽ കുരു പിന്നെ രണ്ടായ്
കഷ്ണിച്ചുപോം മട്ടൊരു പൊട്ടൽ പൊട്ടി!
പഷ്ണിപ്പരിപ്പിൻ കഥയാരു കണ്ടു?
കഷ്ണിച്ചു നോക്കീടിലുമില്ല കാണ്മാൻ!

VIII

ചെന്നായയും ആട്ടിൻകുട്ടിയും

(തള്ളച്ചെന്നായ ആരുടെ പ്രതീകമാണെന്ന് സ്പഷ്ടം. തന്നിഷ്ടവും ക്രൂരതയും ഹിംസയുമാണ് അതിന്റെ നിജസ്വഭാവം. അതിനുള്ള യുക്തി കണ്ടെത്തുന്നു. "ഇതാ ഈ കൊച്ചുനിഷേധി ദേശീയധാര യിൽ ചേറുകലക്കി, എന്നെ വിമർശിച്ചു. അല്ലെങ്കിൽ പ്രശസ്തനായ എന്റെ അച്ഛനെ ആക്ഷേപിച്ചു. അല്ലെങ്കിൽ മിടുമിടുക്കനും നല്ലവനു മായ എന്റെ മകനെ ശകാരിച്ചു." ഉത്തരത്തിനു കാത്തുനില്ക്കാതെ ചെന്നായ ആ പാവത്താന്റെ മേൽ ചാടിവീഴുകയായി!)

ഓമലാളെ കണ്ടു ഞാൻ പൂനിലാവിൽ എന്ന മട്ട്

'നീ കുടിച്ചു കുഞ്ഞാടേ, യെൻ
നീർകലക്കി.'
'ചോർന്നു താഴോട്ടൊഴുകുന്നു
ചോലവെള്ളം
താഴെ ഞാൻ കുടിയ്ക്കിൻ മേലേ
പാഴിലാമോ?'
നീചമെന്നെ മിനിയാന്നു
നീ പഴിച്ചു.'
'ശണ്ഠചൊല്ലാനങ്ങയെ ഞാൻ
കണ്ടതില്ല.'
'ആകിലോ ദുഷിച്ചു പണ്ടെൻ
താതനേ നീ.'
'ജാതനായീലന്നു ഞാൻ പൂ-
പ്പൈതലല്ലോ.'
'എങ്കിലോ നീയെന്മകനെ
നിന്ദയോതി'

'ഇല്ലയില്ലെ' ന്നാട്ടിൻകുട്ടി
ചൊല്ലി നില്ക്കെ,
ചെന്നു കുഞ്ഞാടിനെച്ചെന്നായ്
കൊന്നുതിന്നു.

ഹാ കഷ്ടം നരജീവിതം ദുരിതമിശ്ശ്ലോകം മറക്കാൻ
സുഖോ-
ദ്രേകം ചീട്ടുകളിക്കയാം ചിലർ, ചിലർക്കാ-
കണ്ഠപാനം പ്രിയം.
മൂകം മൂക്കിന് നേർക്ക് കാൺമൂ ചിലരിന്നേകം
ശിവം സുന്ദരം
ശ്ലോകം ചൊല്ലിയിരിപ്പൂ ഞങ്ങൾ ചില,രീലോകം
വിഭിന്നോത്സവം.

–*ദേശാഭിമാനി* വാരിക, 1977 ജനുവരി 23

നീ

സി പി അബൂബക്കർ

ഈ മയക്കത്തിൽ നിന്ന്
ഞാനുണരും
ഞാനുണരും വരെ നീ കുഴഞ്ഞാടിക്കൊള്ളുക.
വിഷസർപ്പമേ, നീ കുഴഞ്ഞാടിക്കൊള്ളുക.
ഇടയ്ക്കിടെ സീൽക്കാരങ്ങൾ പുറപ്പെടുവിച്ച്
ഞാനുണരുമെന്നറിയാതെ
നീ കുഴഞ്ഞാടിക്കൊള്ളുക.

അജ്ഞതയെന്ന ആനന്ദത്തിന്റെ മൂർഛയിൽ
ഹരം പിടിപ്പിക്കുന്ന മണവും നിറവുമുള്ള
വിഷപുഷ്പങ്ങൾ വിതറി
നീ കുഴഞ്ഞാടിക്കൊള്ളുക.

എനിക്കു നീ നല്കിയ മയക്കുമരുന്നിൽ
പത്രോസ് പുണ്യവാളന്റെ പാറയിൽ
പണിത പള്ളികളും
അഞ്ചുനേരം ബാങ്കുവിളി മുഴങ്ങുന്ന
ഗോപുരങ്ങളും
സഹസ്രാബ്ദങ്ങൾക്ക് മുമ്പ്
സിന്ധു ഗംഗാ തരംഗങ്ങളിലലീണം പകർന്ന
സൂര്യഗായത്രികളും അലിഞ്ഞുചേർന്നിരുന്നു.

എന്റെ എല്ലാ ദിനങ്ങളിലും
അമാവാസി ചാലിച്ചെടുത്ത

മയക്കുമരുന്നുകളെപ്പറ്റിയോർത്ത്
നീ ആനന്ദനൃത്തം തുടരുക.
നിന്നെയാരാധിക്കുന്നവർ
യമുനയുടെ തീരത്തെ ചീവീടുകൾ,
വിന്ധ്യ ശതപുര - സഹ്യവനങ്ങളിലെ
കാലൻകോഴികൾ.
ചീവീടുകൾ ചിലയ്ക്കുമ്പോളും
കാലൻകോഴികൾ കരയുമ്പോഴും
നിന്റെ മൃത്യു വിളംബരം ചെയ്യപ്പെടു-
കയാണെന്നറിയാതെ
നീ കുഴഞ്ഞാടിക്കൊള്ളുക.

ഈ മയക്കത്തിൽനിന്ന് ഞാനുണരുമ്പോൾ
ചീവീടുകളും കാലൻകോഴികളും
ഉറക്കെയുറക്കെ ശബ്ദിക്കും.
ഭയന്നുവിറച്ച് ശബ്ദിക്കും
നീ താളം പിഴച്ച് കാലിടറി നിലംപതിക്കും.
പിടഞ്ഞു മരിക്കുന്ന നിന്റെ ജഡം വളമാക്കി
ഞാൻ പുതിയ വിത്തുകൾ വിതച്ച് കൃഷി നടത്തും.
തീർച്ച ഈ മയക്കത്തിൽനിന്ന്
ഞാനുണരുകതന്നെ ചെയ്യും.

-*ചിന്ത* ജന്മദിനപ്പതിപ്പ് 1976

കടുക്ക

അയ്യപ്പപ്പണിക്കർ

കടിച്ചല്ലേ പിടിച്ചല്ലേ കടുപ്പം കാട്ടല്ലേ
കടുക്ക ഞാൻ കുടിച്ചോളാം അമ്മച്ചീ ഇ-
ക്കടുക്ക ഞാൻ കുടിച്ചേക്കാം.
കയിപ്പെന്നും പറേത്തില്ല കവർപ്പെന്നും പറേത്തില്ല.
കടുക്ക ഞാൻ കുടിച്ചേക്കാം പൊന്നമ്മച്ചീ, ഈ
കടുക്ക ഞാൻ പിടിച്ചേക്കാം.

അടുക്കളയ്ക്കടക്കവും
കിടക്കറയ്ക്കൊതുക്കവും
കിടക്കുമ്പോൾ മിടുക്കത്തി നിന്റെ
കടുക്കക്കഷായമെന്റെ നാക്കിലെക്കറയായ്
മൂക്കിലെ മറുകായ്
വാക്കിലെത്തെറിയായ്.

കൈയു രണ്ടും നീളംവച്ചു കാലു രണ്ടും വണ്ണം വെച്ചു
കാതു രണ്ടുരുണ്ടു കണ്ണിരുണ്ടു കവിളും വീർത്തു
അടിച്ചല്ലേ ഇടിച്ചല്ലേ അടിക്കുത്തിൽ തൊഴിക്കല്ലേ
കടുക്ക ഞാൻ കുടിച്ചോളാം ഇനിയുള്ള
പച്ചക്കടുക്ക
വെള്ളക്കടുക്ക
ചെമ്പൻ കടുക്ക
കടുക്കത്തോടിടിച്ചിട്ടു കലക്കിക്കഷായമാക്കി
കഴുത്തിൽക്കൂടിറക്കുമ്പോൾ- അമ്മച്ചീ

കടിച്ചല്ലേ പിടിച്ചല്ലേ കടുപ്പം കാട്ടല്ലേ
നിന്റെ
കടുക്ക ഞാൻ കുടിച്ചേക്കാം,
ഇക്കടുക്കയെല്ലാം കൂടി-
ച്ചൊടുക്കം ചെടിച്ചു നിന്റെ
കഴുത്തിൽ കുടുക്കിടും ഞാൻ അമ്മച്ചീ
വടക്കും കിഴക്കും നോക്കി തടിച്ചി നീ കിടക്കുമ്പോൾ
വെളിക്കെങ്ങും ഇറങ്ങല്ലേ-പിന്നെ നിന്റെ
കടുക്കനും കിലുക്കനും എടുക്കും ഞാൻ.

മാതൃഭൂമി വാരിക

ഞങ്ങളുടെ മൗനം

പി നാരായണക്കുറുപ്പ്

പറയുന്നവരുണ്ട് 'ഭൈരവി' നാനാരാഗ
പരിണാമത്തിൻ ലയസർവ്വസ്വമാണെന്നൊക്കെ
എന്നാൽ ഞാനിച്ഛിക്കുന്നു പാണന്റെ നാടൻപാട്ടോ
പുന്നാഗവരാളിയോ പുള്ളുവൻ പാട്ടോ കേൾക്കാൻ.
പറയുന്നവരുണ്ട് ഭൈരവൻ നിജനൃത്ത-
മറിമായത്താൽ ലോകസംഹാരം തടഞ്ഞത്രെ:
മടയനല്ലാ വിശ്വസിക്കുവാൻ മുന്നം കടൽ
കടഞ്ഞോരിഹ സംഹരിക്കുവാൻ വന്നെന്നൊക്കെ.
പറയുന്നവരുണ്ട് പാർത്ഥൻ ധീരനായ് കാത്തു-
പഴയ വിപ്രന്റെ സന്താനത്തെ രക്ഷിച്ചെന്നും
എന്നാലാപ്പാർത്ഥന്റെ ഡംഭൊതുങ്ങുംപടി പത്താം
നന്ദനൻ ദേഹത്തോടെ പോയതല്ലീ ഞാൻ കണ്ടു
പറയുന്നവരുണ്ട് കാളിതൻ ചവുട്ടേറ്റ-
തൊരുവൻ വീണാകിലുമവൻ ദാരികനെന്നും:
വൃദ്ധരിൽ, കുഞ്ഞുങ്ങളിൽ വിവേകം കൂടാതപ-
മൃത്യുവാം മഹാമാരി വിതപ്പോളെന്നോ സത്യം!
പറയുന്നവരുണ്ടീശ്വരനാൽ പാതാളത്തേ-
ക്കെറിയപ്പെട്ടോൻ ഗർഹണീയനാം സാത്താനെന്നും.
ആദ്യത്തെ ദാസ്യത്തിനെ, യേകശാസനയെ,ത്ത-
ന്നാദ്യ പാപത്താലവനെ തീർത്തെന്നല്ലോ സത്യം.
പറയുന്നവരുണ്ട് ഭാർഗ്ഗവൻ രിപുകുല-
മരിഞ്ഞു മഴു വീശി മീണ്ടതാണീബ്ഭൂവെന്നും:
വഴിയിലെതിർനിന്ന ബാലകൻ തൽച്ചാപത്തെ

വളച്ചപ്പോഴേക്കങ്ങോർ വീണുപോയെന്നേ സത്യം.
സംഘഗാനത്താൽ നിങ്ങൾ സത്യത്തെ ജയിച്ചോ-
ളീൻ
ഞങ്ങൾക്കോ ഗലീലിയോ ജനിക്കുംവരെ മൗനം.

-*സാഹിത്യസമിതി* മാസിക 1976 ജൂലായ്

ഐകമത്യം

കടമ്മനിട്ട രാമകൃഷ്ണൻ

ഐകമത്യം മഹാബലം
മലപോലും മറിഞ്ഞുപോം
പറയാം രണ്ടുപാഠങ്ങൾ
പരമാർത്ഥ പ്രകാശനം.

പാഠം ഒന്ന്

ഉണക്കച്ചുള്ളിയൊന്നൊന്നായ്
ഒടിക്കാമേതു ബാലനും
ഒന്നിച്ചൊരു കെട്ടായാൽ
ആനയ്ക്കും സാദ്ധ്യമായിടാ.
അതിനാലാദ്യമെല്ലാരും
ഉണക്കച്ചുള്ളിയാകുവിൻ.
അത്തൽ വിട്ടിട്ടൊരേ കെട്ടിൽ
അമർന്നോർത്തു കിടക്കുവിൻ:
“ഐകമത്യം മഹാബലം,
മഹാവാക്യം, മഹാത്ഭുതം!”

പാഠം രണ്ട്

ഒറ്റയീർക്കിലൊരുമ്പെട്ടാൽ
ഒരു ചൂലുളവാകുമോ?
ഒരു നൂറീർക്കിലൊന്നിച്ചാൽ
ഒരു ചൂലായ് ഭവിച്ചിടും.
അതിനാൽ മർത്ത്യരേ, ഒന്നി-

ച്ചൊരു ചൂലായി മാറുവിൻ.
"ഐകമത്യം മഹാബലം
മലപോലും മറിച്ചിടാം."

ഉപസംഹാരം

ഒരുകെട്ട് ചുള്ളിയോ ചൂലോ
ഭാവി ഭാസുരമാക്കിടും-
എന്ന ചിന്താക്കുമം വേണ്ട,
രണ്ടിലേതെങ്കിലും ശുഭം.

-*മലയാളനാട്* 1976 ഒക്ടോബർ 17

കർത്താവില്ലാത്ത കവിത

പഴവിള രമേശൻ

കേൾക്കരുതു
ചെവിയോർക്കരു-
തിമ ചിമ്മരു-
തിനി നോക്കരു-
തുരിയാടരു-
തൊരു വാക്കും...

അറുകൊല
ച്ചിരിചിരിച്ചാ-
രരുതെന്നു വിലക്കുന്നു
കുറുമൊഴി-
ച്ചിരിചിരിച്ചാ-
രരുതെന്നു വിലക്കുന്നു.

വിലങ്ങുകൾ
തലങ്ങനെ
വിലങ്ങുകൾ
വിലങ്ങനെ
വിലക്കുക-
ളരുതുക-
ളിരുമ്പഴി-
ത്തുറുങ്കുകൾ
തുറക്കുമ്പോ-
ളെറുമ്പുക-

ളരിക്കുന്നു
മരിക്കുന്നു.

ഞരക്കങ്ങൾ
കേൾക്കരുതു ചെവി-
യോർക്കരുതിമ-
ചിമ്മരുതിനി
നോക്കരുതുരി-
യാടരു-
തൊരു വാക്കും.

ആറ്
തേരാന കുതിര-
യരചനരികെ സചിവ-
നിരുകാലാൾ നിര
നിരകരുവാ-
യൊടുവി-
ലടിയറ-
വടവി-
യവിടരക്കില്ലങ്ങൾ-
-പഴയ കഥയിതു-
കേൾക്കരുതു
ചെവിയോർക്കരുതിമ-
ചിമ്മരുതുരിയാടരു-
തൊരു
വാക്കും.

-*കലാകൗമുദി* 1976 മാർച്ച് 28

ആരാണ് ശത്രു

സച്ചിദാനന്ദൻ

നിന്റെ കുട്ടികളെ
നുണകൾ ഉരുവിട്ടു പഠിപ്പിക്കുന്ന അദ്ധ്യാപകൻ
നിന്റെ ശത്രുവല്ല.
അവൻ തനിക്കു നല്കപ്പെട്ട പാഠങ്ങളെ
ഉള്ളിൽ ശപിക്കുകയാണ്.
അടുക്കളയിൽ നരകിക്കുന്ന
ഭാര്യയെയോർത്ത് കരയുകയാണ്.
കുഞ്ഞിനെ ആശുപത്രിയിലാക്കേണ്ടി
വന്നതുകൊണ്ട്
പണിയിടത്തിൽ വൈകിയെത്തിയ നിന്നെ
കണ്ണുരുട്ടിക്കാട്ടുന്ന മേലാളൻ നിന്റെ ശത്രുവല്ല,
അവനും മീതേയുള്ളവനോടുള്ള ഭയംമൂലം
അവൻ കണ്ണുരുട്ടിപ്പോവുകയാണ്.

കഴുത്തു പട്ടയും കൃതാവും പുള്ളിക്കുപ്പായവുമായി
കവലയിൽ നില്ക്കുന്ന അലസനായ ചെറുപ്പക്കാരൻ
നിന്റെ ശത്രുവല്ല,
പരസ്യങ്ങളുടെ ഗൂഢാലോചനയിൽ
പാവപ്പെട്ട ഒരിര മാത്രമാണവൻ.
മധുരശബ്ദത്തിൽ മയക്കുപാട്ടു
പാടുന്ന ഗായകനും
ഉടുതുണിയുരിഞ്ഞ് കാട്ടുനൃത്തം
ചെയ്യുന്ന നടിയും

ജീവിതത്തിന്റെ നിരർത്ഥകത-
യെക്കുറിച്ച്
തുടർക്കഥയെഴുതി കാലയാപനം
ചെയ്യുന്ന
സാഹിത്യകാരനും നിന്റെ
ശത്രുക്കളല്ല,
അവർ മറ്റൊന്നിന്റെ ഉപകരണ-
ങ്ങൾ മാത്രമാണ്.
സഹനത്തിന്റെ സുവിശേഷം പ്രസംഗിക്കുന്ന
പാതിരിയും
ബധിരശിലയുടെ മുമ്പിൽ നിന്നു
നിലവിളിക്കുന്ന ഭക്തയും
നിന്റെ ശത്രുക്കളല്ല
അവർ താങ്ങിനിർത്തുന്നതെന്തിനെയെന്നു
അവരറിയുന്നില്ല.
*ചോദിക്കേണ്ട ചോദ്യം ചോദിച്ചതിന്
തടവറയിൽ നിന്റെ അസ്ഥികളൊടിക്കുന്ന
നിയമപാലകനും
നിന്നെ കഴുവിലേറ്റാൻ വിധിക്കുന്ന ന്യായാധിപനും
നിന്റെ ശത്രുക്കളല്ല,
അവർ മറ്റാരുടെയോ നിയമം നടപ്പാക്കുകയാണ്.*
ആട്ടും ചവിട്ടും ഏറ്റുവാങ്ങി വാലാട്ടുന്ന
വളർത്തുനായയുടെ വിനയമുണ്ടല്ലോ
അതാണ് നിന്റെ ശത്രു.

എല്ലാം സൃഷ്ടിച്ചു ഒന്നുമില്ലാത്തവനായിക്കഴിയുന്ന
നിന്റെ നിശ്ശബ്ദമായ സഹനമുണ്ടല്ലോ
അതാണ് നിന്റെ ശത്രു.

ഇത്രയുമായിട്ടും എന്തുചെയ്യണമെന്നറിയാതെ
മിഴിച്ചു നില്ക്കുന്ന നീയുണ്ടല്ലോ
നീ തന്നെയാണ് നിന്റെ ശത്രു.

-*ദേശാഭിമാനി* റിപ്പബ്ലിക് വിശേഷാൽ പ്രതി 1977.

* സെൻസർ വെട്ടിക്കളഞ്ഞ ഭാഗങ്ങൾ

9 789384 445416

Printed by Libri Plureos GmbH in Hamburg,
Germany